ஜென்
தொடக்கநிலையினருக்கு

முதல்

ஜென்

தொடக்கநிலையினருக்கு

ஜூடித் பிளாக்ஸ்டோன்
ஸோரன் ஜோசிபோவிச்

விளக்கப்படங்கள்
நவோமி ரோஸன்பிளாட்

தமிழில்
சேஷையா ரவி

மீள்பார்வை
அடையாளம் பதிப்புக்குழு

மதிப்புரை
அருள் மரிய ஆரோக்கியசாமி
போதிஜென்டோ, கொடைக்கானல்

அடையாளம்

பதிப்பாண்டு 2017

© ரைட்டர்ஸ் அண்ட் ரீடர்ஸ், இன்க்
© தமிழ் மொழிபெயர்ப்பு: அடையாளம்

வெளியீடு: அடையாளம், 1205/1 கருப்பூர் சாலை, புத்தாநத்தம் 621 310
திருச்சி மாவட்டம், தமிழ்நாடு, இந்தியா, தொலைபேசி: (+91) 04332 273444

நூல் வடிவம்: த பாபிரஸ், அச்சாக்கம்: அடையாளம் பிரஸ், இந்தியா

ISBN 978 81 7720 179 6

விலை: ₹ 160

zen: thodakkanilaiyinarukku **is the Tamil translation of** ***Zen: For Beginners*** **in English by Judith Blackstone, Zoran Josipovic, Illustrated by Naomi Rosenblatt, Translated by Seshiah Ravi, Published by Adaiyaalam, 1205 / 1 Karupur Road, Puthanatham 621310, Thiruchirappalli Dt., Tamilnadu, India, email: info@adaiyaalam.net**

எங்கள் சகோதரிகள்
பில்ஜானா, டிஜானா, லியா
மற்றும் சகோதரர் டேனியலுக்கு

பொருளடக்கம்

| இயல் தலைப்பு | பக்கம் |

கதாபாத்திரங்கள்
இங்கே விவரிக்கப்படுகின்றன — 2

அறிமுகம்
நாங்கள் ஏன் இந்தப் புத்தகத்தை எழுதினோம் — 5

தொடக்ககால வரலாறு
சாக்கியமுனி புத்தரிலிருந்து ஹூய்-நெங் வரை — 14

ஜென் கோட்பாடுகள் — 45

ஜென் பயிற்சி 63

பிற்கால வரலாறு 89
மா-ட்சு முதல் இன்றுவரை

ஜென்னும் கலைகளும் 122

அன்றாட வாழ்வில் ஜென் 138
அது இருக்கிறது!

குறிப்புகள் 156

கலைச்சொற்கள் 159

உசாத்துணை 161

இவர்களைப் பாராட்ட ஆசிரியர்கள்
ஆசைப்படுகிறார்கள்:

ஜான் டாய்டோ லூரி
ஜென் மவுன்டன் மடாலயம்
மவுன்ட் ட்ரெம்பர், நியூயார்க்

மற்றும்

மேரி ஃபர்காஸ்
ஃபஸ்ட் ஜென் இன்ஸ்டிடியூட் ஆஃப் அமெரிக்கா
நியூயார்க்

ஆகியோரின் உதவிக்காக.

ஓவியரின் நன்றிகள்:

இன்றியமையாத செங்காய் பட்டியலையும் நாட்காட்டியையும் எனக்குக் கொடுத்து உதவிய கரோல்.

த பேஜன்ட் புக் அண்ட் ப்ரின்ட் ஷாப், 109 கிழக்கு 9ஆவது தெருவின் அச்சகம்.

அற்புதமான அறிவுரையைக் கொடுத்த என் கலை இயக்குநரான ஜேனட் சீஃபெர்ட்.

முடிவற்ற பொறுமையும் இணக்கமும் தொலைநோக்கும் கொண்ட எமது ஆசிரியர் க்ளென் தாம்ப்ஸன்.

சோர்விலா உழைப்பும் நுண்ணறிவும் கொண்ட எமது பொது மேலாளர் ஆன் ஷில்ட்ஸ்.

ஜூடித் பிளாக்ஸ்டோன், ஸோரன் ஜோசிபோவிச்

பல ஆண்டுகளாக இருவரும் ஜென் மற்றும் பிற கிழக்கத்திய தியான வடிவங்களின் மாணவர்கள். அவர்கள் நியூயார்க் நகரின் ட்ரெம்பர் மவுன்ட்டில் இருக்கும் ஜென் மவுன்டன் மடாலயத்தில் தங்கி, சோக்யே சர்வதேச ஜென் மையத்தில் பயிற்சி பெற்றனர். நியூயார்க்கில் உள்ள உட்ஸ்டாக்கில் செயல்படும் ரியலைசேஷன் சென்டரின் (மெய்யுணர்தல் மையத்தின்) இயக்குநர்களாக இருந்து தியானம், உளநலப் பயிற்சி, உடற்பயிற்சி ஆகியவற்றைக் கற்றுத் தருகின்றனர்.

நவோமி ரோஸன்பிளாட்

கூப்பர் யூனியன் மற்றும் நியூயார்க் பல்கலைக்கழகத்தின் பட்டதாரியான நவோமி, தான் வசிக்கும் நியூயார்க் பகுதிகளில் ஓவியங்களையும் அச்சிட்ட படங்களையும் காட்சிப்படுத்தியிருக்கிறார். சுவரோவியராகவும் பணியாற்றுகிறார். இதுவே அவரது முதல் நூலுக்கான ஓவியங்கள் (இதேபோல், பல தொகுதிகள்வரப்போகின்றன). நவோமி ஜென் சிஷ்யை அல்ல. ஆனால், ஆசியக் கலைகளைக் கற்பதன் வாயிலாக ஜென் போதனைகளை அறிந்திருக்கிறார்.

தொடக்கநிலையினருக்கு

ஜென்

கதாபாத்திரங்கள்

போ-சாங் ஹுவை-ஹை
டோகென்
நான்-சுவான்
மா-ட்சு
ஷி-ட்டோ
ஈஸாய்
டுங்-ஷான்
ஹகுயின்
பசிபிக் பெருங்கடல்
ஹுய்-நெங்
ரின்ஸை

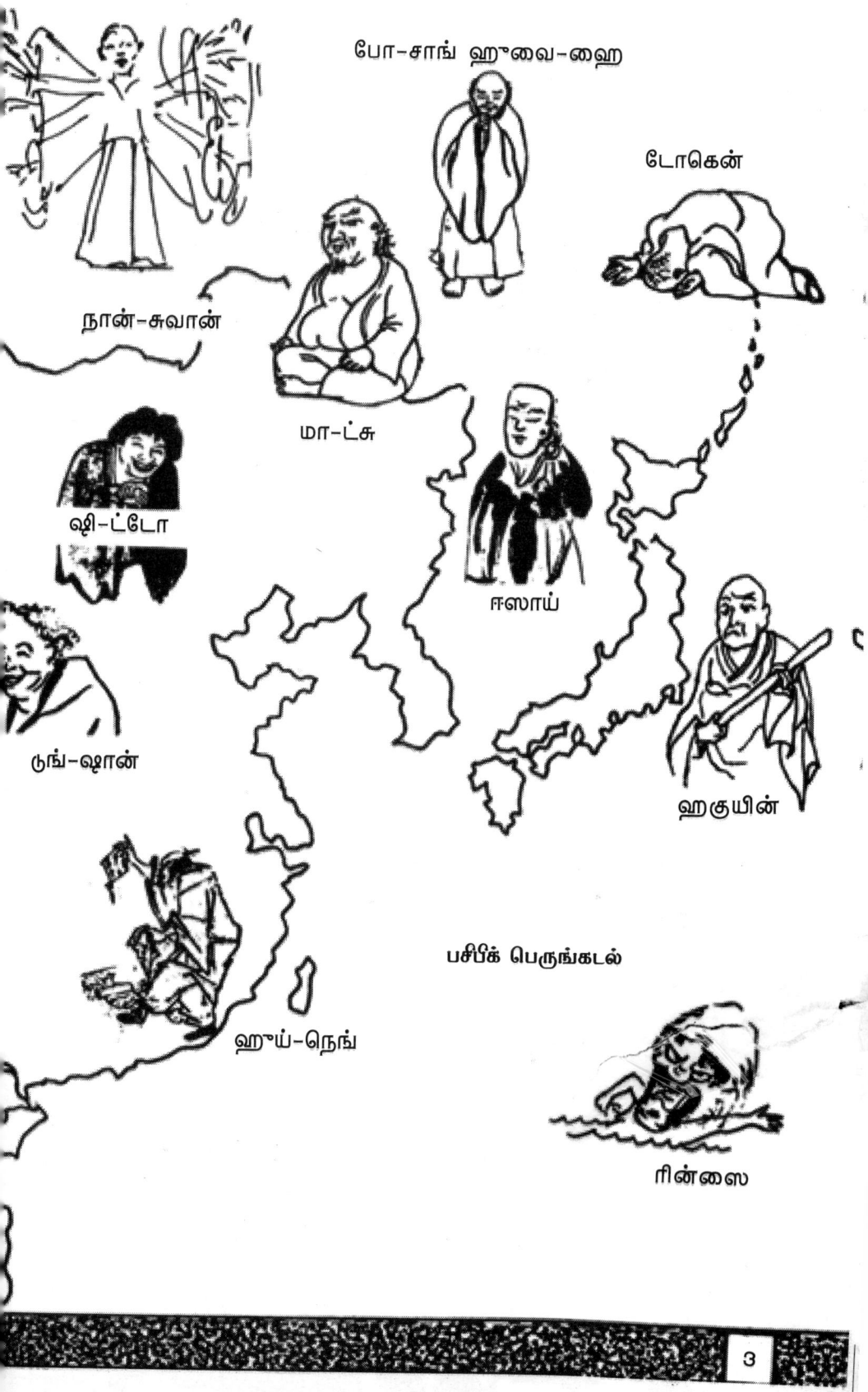

போதிதர்மா ஏன் மேற்கிலிருந்து வந்தார்?
தோட்டத்தில் இருக்கும் சைப்ரஸ் மரம்.

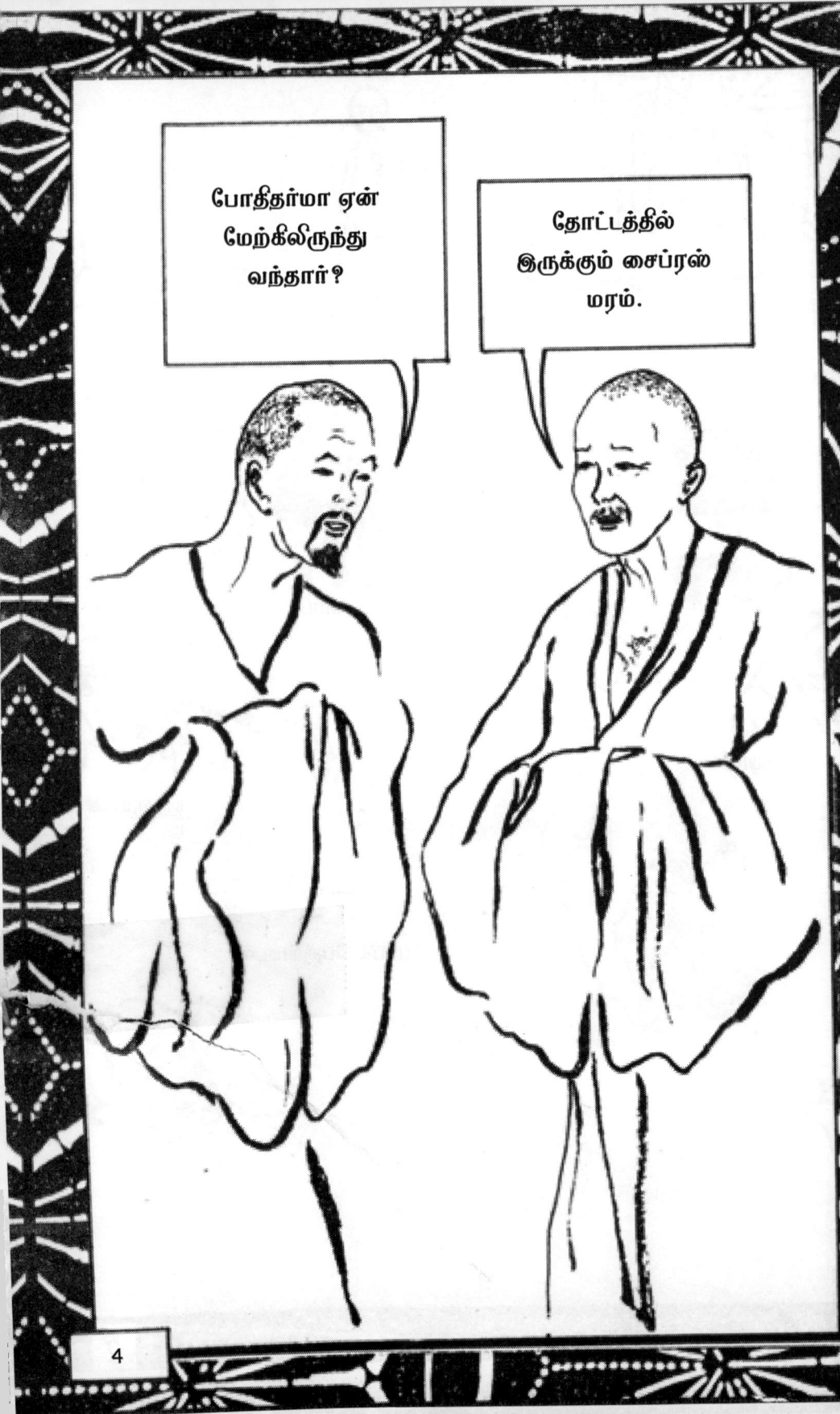

அறிமுகம்

ஜென்னைப் பற்றிய புத்தகம் இப்படித்தான் இருக்கும்!

நிலா

ஓவியர் இந்தப் புத்தகத்தை எழுதுமாறு எங்களிடம் கேட்டபோது, உடனே நாங்கள் சொன்னோம், 'முடியாது.'

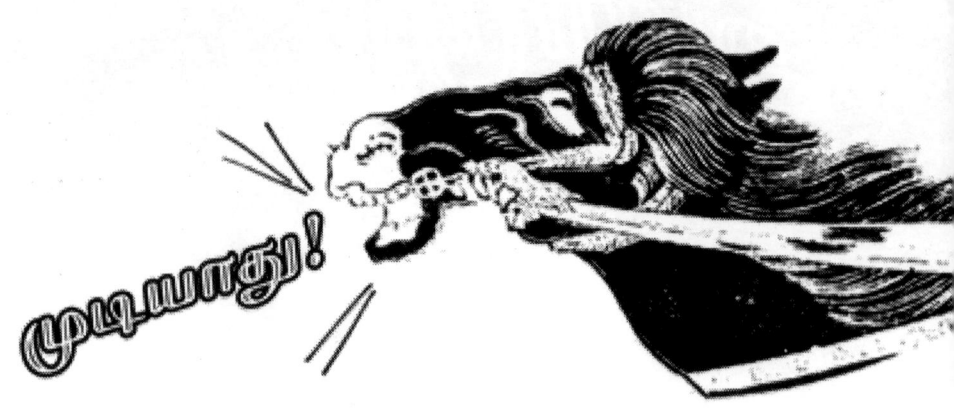

முதலாவதாக, ஜென் குறித்த எந்தப் புத்தகமும் எதிர்மறையான நிலையையே தோற்றுவிக்கிறது. ஜென்னை சொற்களால் விவரிக்க முடியாது. பொதுக் கருத்துகள் சார்ந்த சிந்தனை மட்டத்தைவிட, அது இன்னும் அடிப்படையான ஓர் அனுபவம். அது நம் உள்ளார்ந்த வாழ்க்கையுடன் தொடர்புடையது. ஜென் ஞானிகள் சொல்கிறார்கள்:

'நமது அசல் முகம், நம் பெற்றோர்கள் பிறப்பதற்கு முன்பு'

அதை நாம் ஆராய்ந்தாலே அது காணாமல் போய்விடும். ஜென் நாம் கற்கக்கூடியதோ அதுவாகவே மாறக்கூடியதோ அல்ல. ஏனெனில், நாம் ஏற்கெனவே அதுவாகத்தான் இருக்கிறோம்; அதுவாக மட்டுமே இருக்க முடியும்.

இரண்டாவது, இது ஓர் எளிமையான புத்தகமாக இருந்திருக்க வேண்டும். ஆனால், ஜென் என்பது கடினமான விஷயம் - தனிப்பட்ட அளவில், இந்த கிரகத்திலேயே இதுதான் கடினமான பாடம் என்று நாங்கள் நினைக்கிறோம். இது, முழுமுற்றான உண்மை குறித்தது; வேதனையிலிருந்தும் குழப்பத்திலிருந்தும் விடுதலை குறித்தது; அது நமது மகத்தான ஆளுமை குறித்தது.

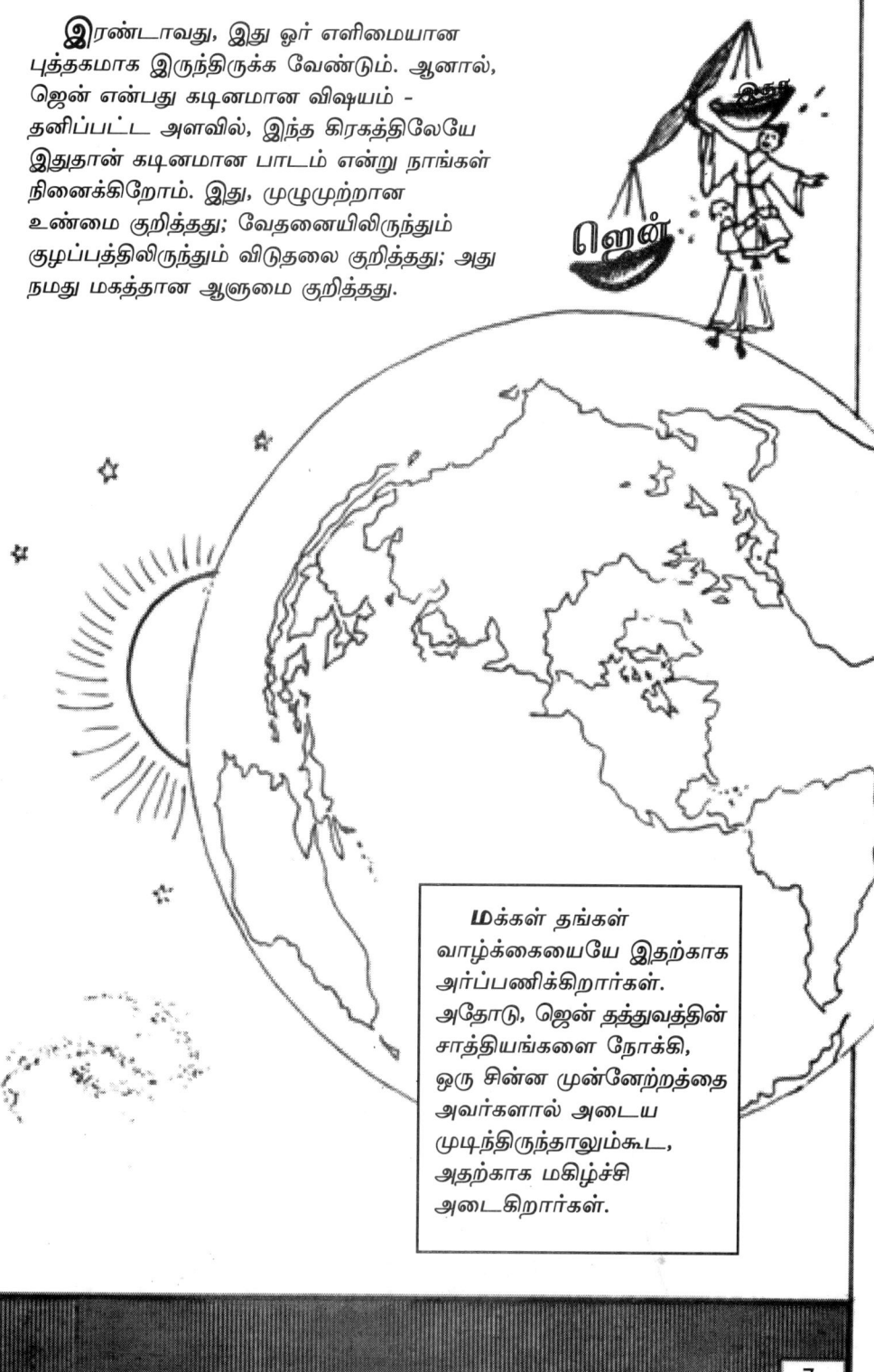

மக்கள் தங்கள் வாழ்க்கையையே இதற்காக அர்ப்பணிக்கிறார்கள். அதோடு, ஜென் தத்துவத்தின் சாத்தியங்களை நோக்கி, ஒரு சின்ன முன்னேற்றத்தை அவர்களால் அடைய முடிந்திருந்தாலும்கூட, அதற்காக மகிழ்ச்சி அடைகிறார்கள்.

அவர்களில் வெகு சிலர் நீண்ட பயணத்தினூடே ஞானத்தை அடைந்திருக்கிறார்கள். அவர்கள் தங்களை முற்றாக உணர்ந்துகொள்கிறார்கள். இன்னொரு அர்த்தத்தில், அவர்கள் இந்த ஒட்டுமொத்த பிரபஞ்சத்தின் ஒருமையையும் அடிப்படையையும் உணர்ந்திருக்கிறார்கள்.

எங்கும் பரந்து கிடக்கிற வெறுமையையும் பேரின்பத்தையும் நோக்கிப் பயணித்தபோது, எனக்கு ஒரு வேடிக்கையான விஷயம் நேர்ந்தது.

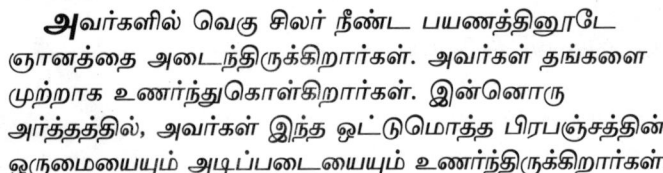

இதை வேறு சொற்களில் சொன்னால், இந்தப் புத்தகத்தில் ஏதேனும் வேடிக்கையான விஷயங்கள் இருந்தால், அது இந்தக் கருப்பொருளின் குற்றமல்ல.

மூன்றாவதாக, இத்தகைய ஞான நிலை அடைந்த குருக்கள் மட்டுமே ஜென்னைப் பற்றிச் சொல்ல தங்கள் வாயைத் திறக்க வேண்டும். அவர்களைத் தவிர, மற்றவர்கள் அதிகமான குழப்பத்தையே ஏற்படுத்துவார்கள். இந்தப் புத்தகத்தை நாங்கள் எழுதியிருந்தாலும், எங்களைவிட இதில் அதிக அனுபவம் வாய்ந்தவர்களால் எழுதப்பட்ட புத்தகங்களிலுள்ள மிகவும் அடிப்படையான தகவல்களை மட்டுமே சொல்ல வேண்டும் என்பதும் எங்களுக்குத் தெரியும் (அதைத்தான் நாங்களும் செய்திருக்கிறோம்).

ஜெ
ன்

ஃவே, இந்தப் புத்தகத்தின்
ாமையான தலைப்பு

ஜென்
தாடக்கநிலையினரால்

இந்தப் புத்தகத்தை எழுத முடிவெடுத்ததற்கான முக்கியக் காரணமே இந்தத் தலைப்புதான். இது பொருத்தமான தலைப்பு. ஏனென்றால், ஜென் ஞானிகள் 'தொடக்கநிலையினரின் மனம்' பற்றியே மிக அதிகமாகப் பேசியிருக்கிறார்கள். ஜென் பயிற்சியில், நாம் தொடக்கநிலையினராக ஆவதற்கு முயலுகிறோம். அதாவது, நமக்குள் ஏற்கெனவே சேர்ந்துள்ள ஏராளமான அபிப்ராயங்கள் மற்றும் கருத்துகளின் குறுக்கீடின்றி வாழ்க்கையை அனுபவிப்பதற்கு முயலுகிறோம்.

அதை நேரடியாகப் பார்!

நேரடியாகப் பார் என்பதற்கு, அதிலிருந்து வெகுதொலைவு விலகி நாம் முட்டாள்களாக இருக்க வேண்டும் என்றோ ஏதோ ஒருவகையில் அனைத்தையும் கடந்து தன்னை மறந்த நிலையில் இருக்க வேண்டும் என்றோ அர்த்தமில்லை. அறிதல் நிலையை நமது ஆறு அறிவில் ஒன்றாகத்தான் புத்த ஞானிகள் கருதுகிறார்கள். அவர்கள் தீர்மானமாக உங்களுக்கு அர்த்தப்படுத்துவது எல்லாம் என்ன நிகழ்கிறது என்பதை அறிய வேண்டும் என்பதையே - ஆனால், நேரடியாக ஒரு தெளிவான கண்ணாடியில் பொருள்கள் எப்படிப் பிரதிபலிக்கின்றனவோ அதுபோலத்தான்!

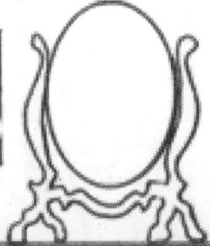

வணக்கம், ஜென் போதனைகளில் அடிக்கடி வரும் உருவகம் நான்தான்!

உதாரணமாக, தொடக்கநிலையினரின் மனம்கொண்ட நாம் ஒரு மரத்தைப் பார்த்தால், 'ஒரு தேக்கு மரம் எப்படி இருக்கிறது, இங்கே எண்ணற்ற மரங்கள் இருக்கின்றனவே, ஒரு முறை இதுபோன்ற மரத்திலிருந்துதான் நான் கீழே விழுந்தேன், ஒருவேளை எனது அறையில் இருக்கும் தேக்கு மர அலமாரியை விற்றுவிட்டால், நான் பெர்முடாவுக்குப் போய்விடலாம்...' இப்படிப் பல யோசனைகளில், அந்த மரத்தைப் பற்றிய உரையாடல்களை நம்மிடையே முழுமையாகப் பேச வேண்டியதில்லை. பதிலாக, நாம் அந்த மரத்தை வெறுமனே பார்ப்போம்.

பெருங்கரடி
மண்டலம்

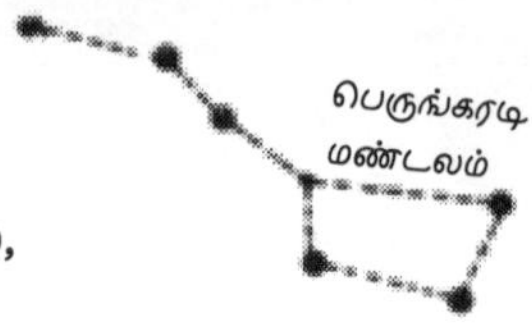

நம் ஐம்புலன்களைச் சுதந்திரமாக எந்தவிதக் கவனச் சிதைவுமின்றி ஒரு புள்ளியில் குவித்தால், முன்னெப்போதும் கவனித்திராத பல விஷயங்களை நம்மால் உணர முடியும். நமது வாழ்வுக்கும், அந்த மரத்தின் வாழ்வுக்கும் பெரிய வித்தியாசங்கள் ஏதுமில்லை என்பதையும்கூட நம்மால் உணர முடியும். இந்தக் கட்டத்தில்தான், நாம் கண்டுணர்தலின் ஒரு நிலையை அடைகிறோம். இதையே ஜென் துறவிகள், 'அந்யோன்யம்' அல்லது 'பிரிவற்றது' என்கிறார்கள். ஜென் கற்பிப்பதும் இதைத்தான்: அதிகமான விழிப்புணர்வோடு இருக்கும் பொழுது அகநிலைக்கும் புறநிலைக்கும் இடையே எந்தவிதமான பிரிவு உணர்ச்சியும் இல்லை எனச் சொல்கிறது. உதாரணமாக ஒரு குடுவையில், உள்ளும் வெளியும் இருக்கும் வெற்றிடத்தைப் போல், நாமும் நமக்குள்ளும் வெளியிலும் உள்ள வெற்றிடத்தைத் தொடர்ச்சியாக அனுபவப் பூர்வமாக உணர்கிறோம்.

மனிதன் மலையைப் பார்க்கிறான்
மலை மனிதனைப் பார்க்கிறது

தொடக்கநிலையினரின் மனம் ஒருமித்த மனம். என்ன காரியம் செய்கிறோமோ அதில் அது முழுமையான ஈடுபாடு கொண்டிருக்கும். மாபெரும் குருவான ஒபாகு, பெருமளவு ஜென் பயிற்சியில் தலை வணங்குவதைப் பழக்கப்படுத்தினார். அதன் காரணமாக, அவரது நெற்றியில் எப்போதும் ஒரு பெரிய வீக்கம் காணப்பட்டது. தலை வணங்குதல் பற்றி உண்மையாக அறிந்திருந்ததால் அவர் சொன்னார்:

நான் தலை வணங்கும்போது வெறுமனே வணங்குகிறேன்.

ஜென் பயிற்சி எப்போதும் தொடக்கத்தில் இருப்பது பற்றிக் கவலைப்படாத மக்களுக்கானது. ஏனெனில், ஒவ்வொரு கணமும் புதியது. அதன் அர்த்தம் நாமும் புதியவர்கள். காரணம், அந்தக் கணத்திலிருந்து நாம் தனியாக இல்லை. அதைத்தான் நாம் நமது வாழ்க்கையை முதலில் பழைய பயங்களை, தப்பெண்ணங்களை மறந்துவிட்டு, இதுதான் முதல் முறை என்பதைப்போல் அனுபவிக்க வேண்டும் என்று ஜென் குருக்கள் சொல்கிறார்கள். நாம் தனிப்பட்ட சுயத்தைப் பாதுகாப்பதை மறந்துவிட்டு, வாழ்வை அதன் போக்கில் விட்டுவிட்டால், உண்மையில் அதுதான் ஆனந்தம்.

காலையிலும்
மாலையிலும்
நம்மிடம் ஜென் இல்லையா?

தொடக்ககால வரலாறு

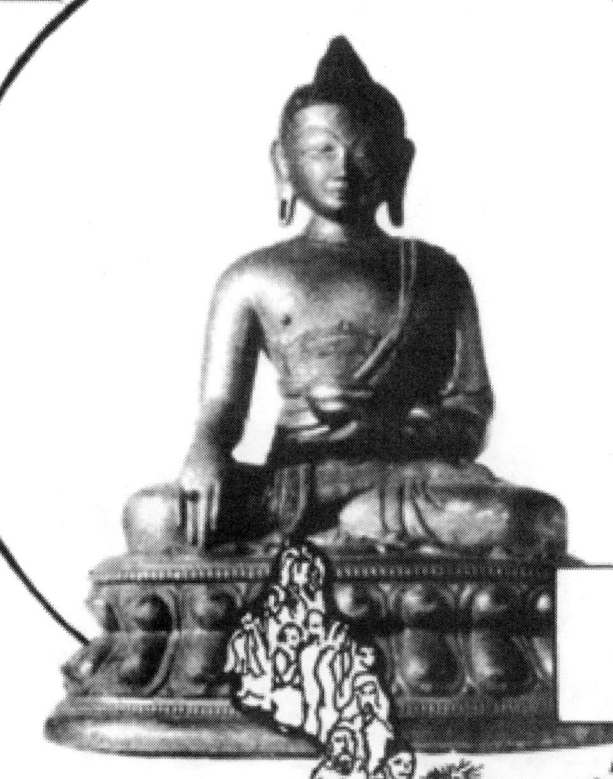

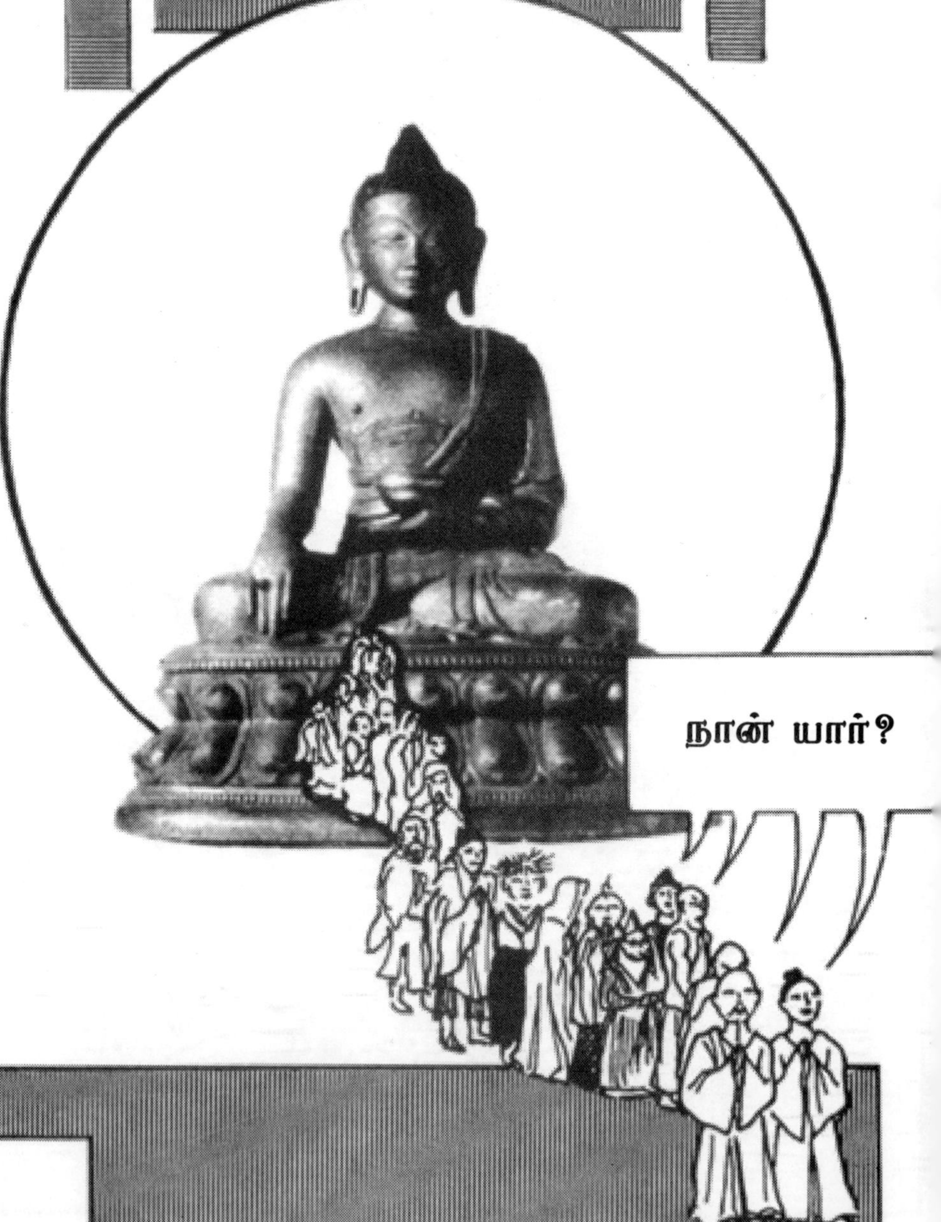

சம்ஸ்கிருத வார்த்தையான 'த்யான' என்பதன் ஜப்பானிய மொழிபெயர்ப்பே 'ஜென்' என்னும் சொல். இதன் பொருள் தியானம். எண்ணற்ற விதிகளைக் கடைப்பிடிப்பது, புனித நூல்களைப் படிப்பது ஆகியவற்றைவிட, தியானத்தையே ஞானம் பெறுவதற்கான மார்க்கமாக ஜென் புத்த ஞானிகள் வலியுறுத்துகின்றனர்.

தியானம் செய்பவர்கள் அனைவருமே விதிகளைக் கடைப்பிடிப்பதில்லை என்று சொல்லப்படுவதாக இதை எடுத்துக்கொள்ளக் கூடாது. புத்த தத்துவத்தின் (பௌத்தத்தின்) மற்றெல்லா வடிவங்களைவிடவும் ஜென் பற்றியே அதிகப் புத்தகங்கள் இருப்பதாக சிலர் சொல்கிறார்கள்.

புத்தருடைய போதனைகள் எல்லாம் குருவிடமிருந்து மாணவருக்கு இடையறாமல் (பாரம்பரியமாகக்) கற்பிப்பதைச் சார்ந்திருப்பது. புத்தப் பிரிவுகள் அனைத்துக்கும் அது பொதுவானது. இந்த வழியில்தான், கடந்த இருபத்தைந்து நூற்றாண்டுகளாக இந்தப் போதனைகளின் உண்மையான புரிதல் தொடர்ச்சியாய் நடக்கிறது. ஜென் பிரிவுகள் இந்தப் போதனைகளின் நம்பகத்தன்மைக்கு மிகவும் முக்கியமான இடத்தைத் தருகின்றன; அவை விட்டுச்சென்ற அடையாளங்கள் எல்லாம் புத்தரிலிருந்தே வருகின்றன. ஆகவே, நாம் புத்தரிலிருந்தே தொடங்குவோம்.

புத்தரின் வாழ்க்கை பற்றிய வரலாற்றுப்பூர்வமான புள்ளி விவரங்கள் முழுமையாக ஒன்றோடொன்று பொருந்துவதாக இல்லை. ஒவ்வொரு பிரிவும் மற்றொரு பிரிவிலிருந்து மாறுபட்டு, 'புத்தரின் பிறப்பு கி.மு. 983 முதல் கி.மு. 440க்கு இடைப்பட்ட காலத்தில் இருக்கும்' என்று குறிப்பிடுகின்றன. நாம், 'புத்தர் கி.மு. ஆறாம் நூற்றாண்டில் பிறந்து கி.மு. ஐந்தாம் நூற்றாண்டில் இறந்தார்' எனப் பொதுவாக ஏற்றுக்கொள்ளப்பட்ட விளக்கத்தை எடுத்துக்கொள்வோம். இங்கிருந்தே அந்த இதிகாச கதை தொடங்குகிறது.

புத்தர்?! இன்னும் ஆகவில்லை. நான் இளவரசர் கௌதமர்!

சாக்கிய வம்சத்தைச் சேர்ந்த ராஜ குடும்பத்தில் புத்தர் இளவரசராகப் பிறந்தார்.

புத்தரின் தந்தை ஆண்ட நாடு, இமயமலையின் சரிவில், இன்று நேபாளத்துக்கும் இந்தியாவுக்கும் எல்லையாக இருக்கும் பகுதியில் அமைந்திருந்தது. அது, கங்கை நதியின் பள்ளத்தாக்கிலிருந்த பிற நாடுகளின் அதிகாரப் போர்களிலிருந்து விலகி, அமைதியிலும் வளத்திலும் திளைத்திருந்தது. இளவரசர் கௌதமர் பிறந்தபோது (இதுதான் புத்தரின் பெயர்), பல்வேறு நல்ல சகுனங்கள் தோன்றின. அவற்றில் ஒரு முனிவர், 'கௌதமர் மாபெரும் புனித மனிதராக உருவெடுப்பார்' என்று தீர்க்கதரிசனம் சொன்னது, கௌதமரின் தந்தையைக் கவலைகொள்ள வைத்தது. தனக்குப் பின் தன் ராஜ்யத்துக்கு வாரிசு தேவையென முடிவெடுத்த தந்தை, இளவரசருக்கு அரண்மனை வாழ்வின் அத்தனை சுகபோகங்களையும் அளித்தார். அரண்மனை வளாகத்தை விட்டு அவர் வெளியே செல்ல அனுமதிக்கவே இல்லை.

ஆக, கௌதமர் செல்வத்தையும் சுகபோகங்களையும் மட்டுமே அனுபவித்து வளர்ந்தார்.

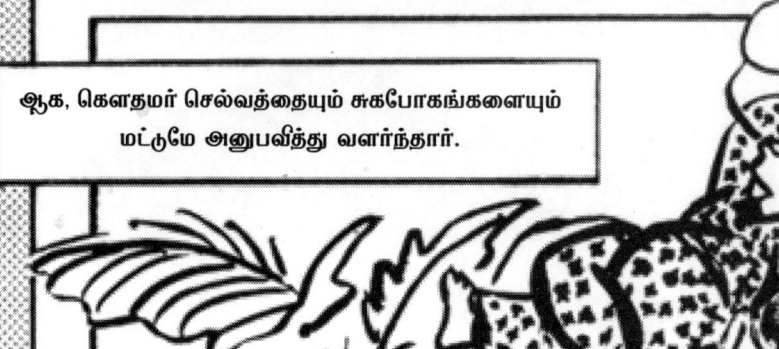

வாலிபத்தில் அவர் திருமணம் செய்துகொண்டு ஒரு மகனையும் பெற்றெடுத்தார்.

அதன் பிறகு கடைசியில், ஒரு நாள் உலகத்தைப் பார்க்க அரண்மனையைவிட்டு முதன்முறையாகக் கிளம்பினார். ராஜரதத்தில் பயணித்தபோது அவர் ஒரு மூதாட்டியை எதிர்கொண்டார். அந்தக் காட்சி அவரை வியப்படையச் செய்தது. அவளுக்கு என்ன நேர்ந்தது? என்று தேரோட்டியிடம் கேட்டார். ஒவ்வொரு மனிதரும் முதுமையடைந்து அதன் விளைவால் தளர்ந்துபோவார்கள் என்றான் தேரோட்டி.

ரதம் தொடர்ந்து செல்ல, அடுத்து ஒரு நோயாளியைப் பார்த்து திகைத்துவிட்டார் இளவரசர். ஒவ்வொருவரும் நோயால் பீடிக்கப்படுவார்கள் என்று விளக்கம் கொடுத்தான் தேரோட்டி. பிறகு ஒரு மரண ஊர்வலத்தை அவர்கள் கடந்து சென்றனர்.

என்ன யூகியுங்கள்?!

ஒவ்வொரு உயிரும் மரணமடையும் என்பதையறிந்து கௌதமர் ஆழ்ந்த அதிர்ச்சியடைந்தார். முதுமை, நோய், மரணம் போன்றவற்றைக் கண்டறிந்து துயரத்தில் அமிழ்ந்து சிறிது நேரம்வரை நிலைகுலைந்தார். அப்படி அவரது ரதம் வந்தபோது, ஒரு முதியவர் ஒளிரும் கண்களுடன் கௌதமரைப் பார்த்து மென்மையாகப் புன்னகைத்தார்.

'எல்லோரும் துயரத்தில் ஆழ்ந்திருக்க, இந்த மனிதர் மட்டும் ஏன் மகிழ்ச்சியாக இருக்கிறார்?' கேட்டார் கௌதமர்.

தேரோட்டி பதில் சொன்னார்:
'அவர் புனிதமானவர். அவர் உண்மையைக் கண்டறிந்துவிட்டார். ஆகவே, விடுதலையடைந்துவிட்டார்.'

19

இளவரசர் விடுதலையை அடைவது என்று முடிவெடுத்தார். இச்சைகளற்ற ஞானியாக மாற ஒரு நாள் இரவு, மனைவியையும் மகனையும் துறந்து அரண்மனையிலிருந்து வெளியேறினார். ஒழுக்க நெறிகள் அனைத்தையும் கடினமாகப் பின்பற்றினார். ஆனால், ஏதோ ஒரு வகையில் எதையும், தான் கண்டறியவில்லை என்பதை உணர்ந்தார்.

பிறகு, அவர் தனது நீண்டகால உண்ணாநோன்பு ஒன்றில் மெய்ஞானிகளின் நெறிமுறைகளை மீறி, ஒரு கிராமத்துப் பெண்ணிடமிருந்து பால் கஞ்சியை ஏற்றுக்கொண்டார்.

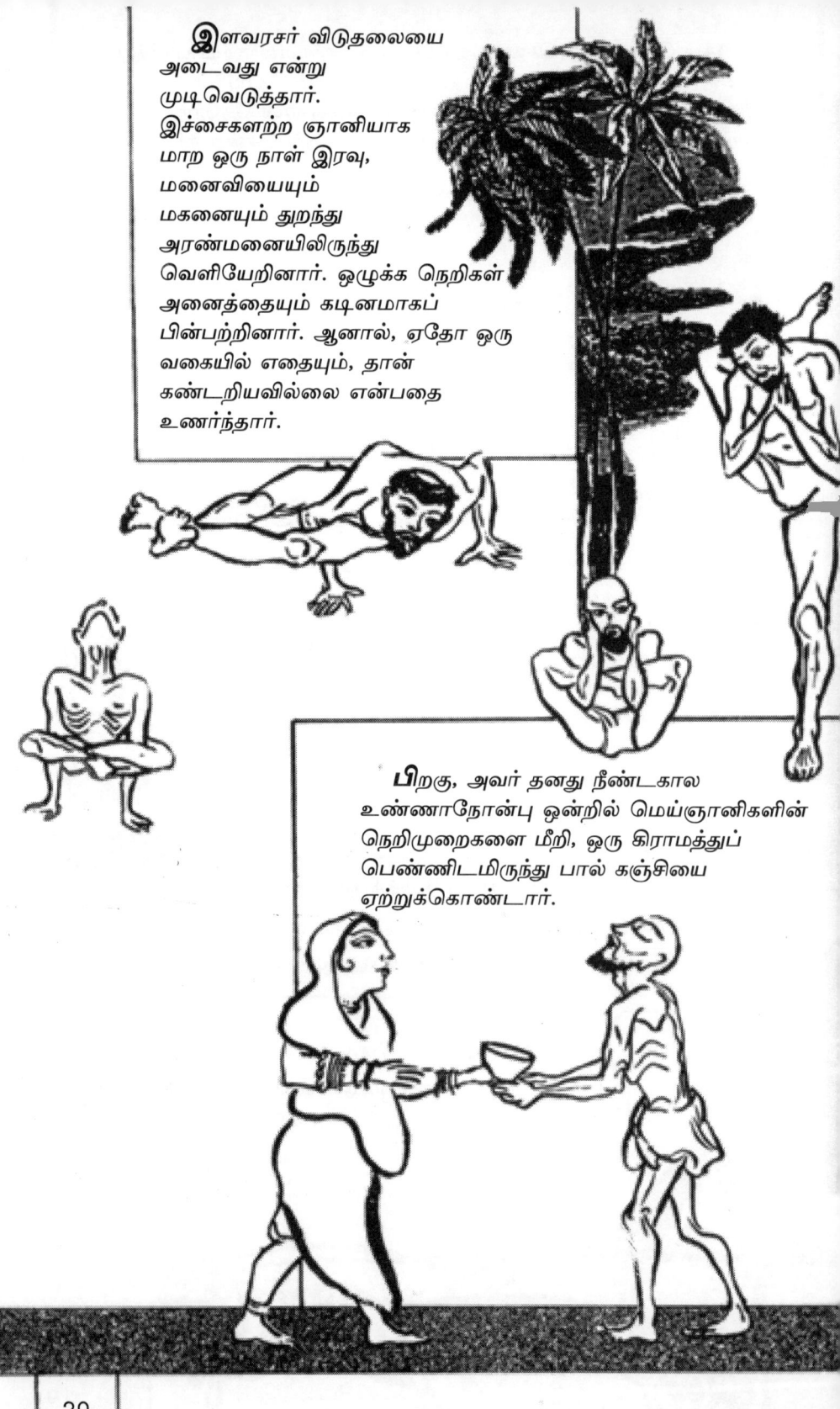

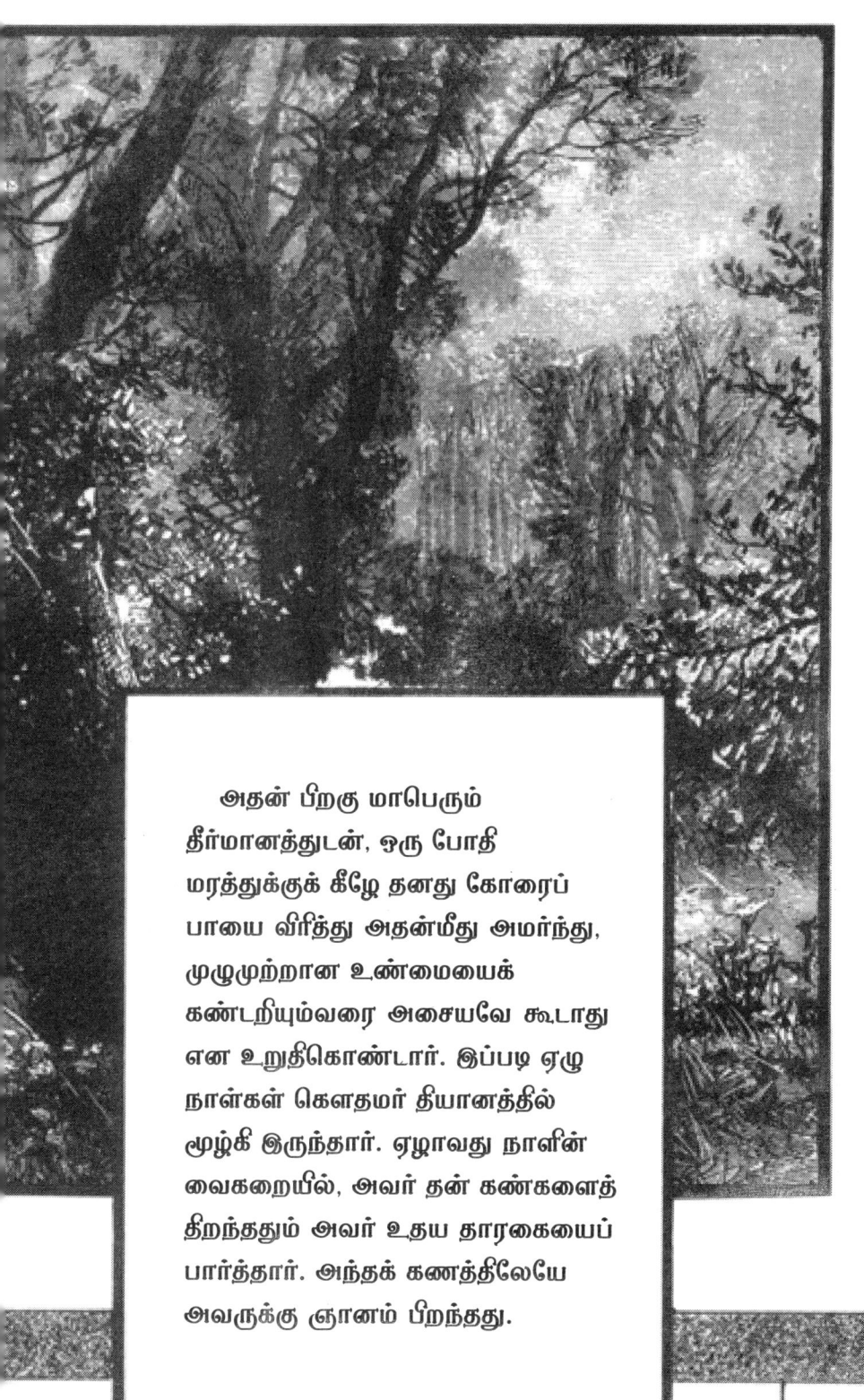

அதன் பிறகு மாபெரும் தீர்மானத்துடன், ஒரு போதி மரத்துக்குக் கீழே தனது கோரைப் பாயை விரித்து அதன்மீது அமர்ந்து, முழுமுற்றான உண்மையைக் கண்டறியும்வரை அசையவே கூடாது என உறுதிகொண்டார். இப்படி ஏழு நாள்கள் கௌதமர் தியானத்தில் மூழ்கி இருந்தார். ஏழாவது நாளின் வைகறையில், அவர் தன் கண்களைத் திறந்ததும் அவர் உதய தாரகையைப் பார்த்தார். அந்தக் கணத்திலேயே அவருக்கு ஞானம் பிறந்தது.

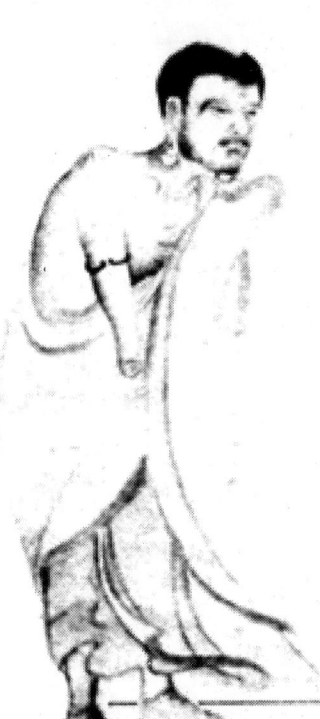

கொஞ்ச காலத்தில், 'பிறருக்குப் போதிக்க வேண்டுமா அல்லது மிச்ச வாழ்வைத் தனிமையில் கழிக்க வேண்டுமா?' என்று தனக்குத் தானே புத்தர் கேட்டுக்கொண்டார். பிறகு, தன் மெய்ஞான நண்பர்கள் ஐவரைக் கண்டார். புத்தர் மெய்ஞான நெறிமுறைகளிலிருந்து பிறழ்ந்துவிட்டவர் என்ற காரணத்தால், முதலில் அவர்கள் புத்தரிடமிருந்து விலகிச் சென்றனர். ஆனால், அவரது முகத்தில் மிளிர்ந்த அழகான ஒளியை (தேஜஸை) கண்டதும் அவரை அவர்கள் பின்தொடர்ந்தனர். அன்றுதான், மான் பூங்கா என்று சொல்லப்படும் இடத்தில் புத்தர் தனது முதல் சொற்பொழிவை நிகழ்த்தினார். புத்த ததாகத்தா என்று இப்போதிலிருந்து சொல்லப்படும் அவர், 'விழிப்புணர்வு அடைந்தவர், முழுவதும் நீந்திக் கடந்தவர்' என்ற பொருளில் அழைக்கப்பட்டார். உன்னதமான நான்கு உண்மைகளை அவர் எடுத்துச் சொன்னார். அவையே பௌத்தத்தின் (புத்த தத்துவத்தின்) அடிப்படைகளாய் ஆயின. அவை:

உன்னதமான நான்கு உண்மைகள்

1. வாழ்க்கை துன்பமயமானது
2. சுயநல இச்சையால் துன்பம் உருவாகிறது
3. சுயநல இச்சையைக் கடந்துசெல்ல முடியும்
4. சுயநல இச்சையை வெற்றிகொள்ள எட்டு வழிகள்:

   முறையான புரிதல்
   முறையான நோக்கம்
   முறையான பேச்சு
   முறையான நடத்தை
   முறையான வாழ்க்கை முறை
   முறையான முயற்சி
   முறையான விழிப்புணர்வு
   முறையான கவனம்

அதைத் தவிர?

நாம் இங்கு புத்தரின் பிற்கால வாழ்க்கை குறித்த விவரங்களுக்குள் போக வேண்டியதில்லை. விதிவிலக்காக, ஒரே ஒரு நிகழ்வைச் சொல்ல வேண்டும். அதை, எல்லா ஜென் பள்ளிகளும் தனித்துவமிக்க ஜென் கண்ணோட்டத்தின் தொடக்கம் எனக் கருதுகின்றன.

இது ஒரு கதை. இக்கதையில் தான் ததாகத்தா, தனது சீடர்களில் ஒருவரின் மனத்துக்குள் தன் மனத்திலிருக்கும் பேருண்மையை நேரடியாகக் கடத்தினார்:

ஒரு நாள் கழுகுமலைச் சிகரத்தின் சரிவில் சீடர்களின் பெரும் கூட்டம் கூடியது. புத்தர் சொற்பொழிவாற்றுவார் என்ற எதிர்பார்ப்புடன் அங்கு கூடியிருந்தனர். மாறாக, புத்தர் நீண்ட நேரம் மௌனமாக அமர்ந்திருந்தார். முடிவில், எந்த வார்த்தையும் சொல்லாமல் ஒரு மலரை எடுத்தார். ஒவ்வொருவரும் பேச்சற்று அமர்ந்திருந்தனர். முதிய துறவியான மஹாகாஸ்யபர் மட்டும் புன்னகைத்தார். அவர் மாபெரும் விழிப்புணர்வை அனுபவித்தார்.

புத்தர் கூறினார்:

இன்று ஆழ்நிலையாலும் ஆன்மிகத்தாலும் அறியக்கூடிய மிகவும் விலைமதிப்பற்ற பொக்கிஷத்தை, நான் உங்களுக்குக் காட்டினேன். இந்தக் கணம், வணங்குதற்குரிய மஹாகாஸ்யபரே, உங்களிடம் அதை ஒப்படைக்கிறேன்.

மஹாகாஸ்யபர் புத்தரின் வாரிசானார்.

எண்பதாவது வயதில் புத்தர் இயற்கை எய்தினார். அவர் கடைசியாகச் சொன்ன வார்த்தைகள்:

உலகத்தில் உள்ள எல்லாப் பொருள்களுமே அழியக்கூடியவைதாம். மீட்படைய நீங்கள் தளராமல் உழையுங்கள்.

எழுத்து வடிவில் எந்த போதனைகளையும் புத்தர் விட்டுச்செல்லவில்லை. அவரது மறைவுக்குப் பிறகு, அவரது சொற்பொழிவுகளையும் அவரது வாழ்க்கையையும் அவருடைய சீடர்கள் தம் ஞாபகங்களிலிருந்தே சேகரித்தனர். புத்தம் தொடர்பான பெரும்பாலான நூல்கள் பல நூற்றாண்டுகளுக்குப் பிறகே வந்தன. ஒரு தலைமுறையிலிருந்து அடுத்தடுத்த தலைமுறைகளுக்கு வாய்மொழியாக அளிக்கப்பட்ட போதனைகளின் பதிவுகளாகவே பொதுவாக அவை கருதப்படுகின்றன.

புத்தர் தாம் வாழ்ந்த காலத்தில், பல துறவிகளையும் பெண் துறவிகளையும் தனித்திருத்தல், ஆழ்ந்த யோசனை ஆகியவற்றுக்கு நியமிதம் (விதி) செய்தார். தனித்திருத்தல் முறையிலான பயிற்சி, அடுத்துவரும் பல நூற்றாண்டுகளில் தென்கிழக்கு ஆசிய நாடுகளுக்கும் சீனாவுக்கும் பரவலாக விரிவடைந்தது.

தனித்து நின்ற வாழ்விலிருந்து என்ன விடுதலை?

பொதுவாக, விடுதலை என்பது மனிதர்களின் வெறுமையை அல்லது உறுதியற்றதைக் கண்டுணர்தல்தான் என வரையறுக்கப்பட்டது. புத்தத் துறவிகளும் பெண் துறவிகளும் தங்களுடைய உடலையும் மனதையும் ஆய்வு செய்து அவற்றை எண்ணற்ற வடிவமாற்றமுடைய, ஒன்றையொன்று சார்ந்திருக்கிற, முழுமையாக புரிந்துகொள்ளப்படாத நேர்வுகளின் தொகுதி அல்லது தோற்றப்பாடுகள் எனப் பார்த்தார்கள். அவர்கள், மனிதன் தன்னிறைவு பெற்றவனல்லன்; தனித் துவமிக்கவன் அல்லன்; உடலையும் மனதையும் கட்டுப்படுத்துபவனாக அவன் இருப்பது இல்லை என்னும் முடிவுக்கு வந்தனர்.

தயவுசெய்து மீண்டும் அதை விளக்குங்கள்!

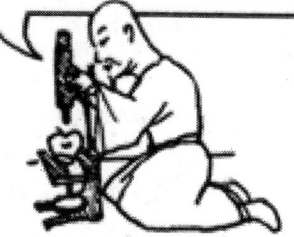

உங்களுக்குத் தெரியுமா, ஓர் ஆப்பிளை நாம் உருப்பெருக்குக் கண்ணாடி மூலம், அதன் துணை அணுக்கூறுகள் வரை பெரிதாக்கிக்கொண்டே போனால், 'எது ஆப்பிள்' 'எது ஆப்பிள் இல்லை' என்பதற்கு இடையிலான கோடு மறைந்துவிடும்.

இந்த உள்ளொளி, அவர்களுக்கு உலகிலிருந்து விடுபடுதலுக்கான அடிப்படையை வழங்குகிறது. இந்த விடுபடுதலின் இலக்குதான் 'நிர்வாண நிலை'. அதாவது, எந்தச் சலனத்தாலும் பாதிக்க முடியாத பற்றற்ற மனநிலை.

கி.பி. முதல் நூற்றாண்டில், பௌத்தத்தில் (புத்த ஞானத்துக்கான) புதிய விளக்கம் தோன்றியது. அது, இரக்கத்தை வலியுறுத்தியது. இதன் இலட்சியம் தனித்திருக்கும் வாழ்க்கை அல்ல, ஆனால் வாழ்நாள் முழுவதும் பிறருக்கு உதவும் போதிசத்துவரின் பாதை. சுயபுரிதலுள்ள அத்தனை உயிரினங்களும் தங்கள் துன்பத்திலிருந்து விடுதலை அடையும் வரை போதிசத்துவரான (போதி ஞானம் பெற்ற) ஒவ்வொரு துறவியும் அவரது அல்லது அவளது விடுதலையைக்கூட தியாகம் செய்வதாக உறுதியேற்க வேண்டும். இந்தப் புதிய விளக்கம் 'மஹாயானா' அல்லது மாபெரும் வாகனம் என்று அழைக்கப்படுகிறது. சிறிது காலம் இருந்த பழைய வாகனம் 'ஹீனயானா' அல்லது சிறிய வாகனம் என்று சொல்லப்பட்டது.

மஹாயானா
மாபெரும் வாகனம்

ஹீனயானா
சிறிய வாகனம்

நாகார்ஜுனா

மஹாயானா பௌத்தத்தை (புத்த தத்துவத்தைத்) தோற்றுவித்த நாகார்ஜுனா மாபெரும் தத்துவஞானி. அவர் முழுமுற்றான (இறுதிமுடிவான) உண்மையைப் பற்றி வரையறுத்தோ உறுதியாகவோ கூறுவதற்கு ஒன்றுமில்லை என்றார். இந்த வழியில், முழுமுற்றானது என்பது உறுதியான அனுபவத்திலிருந்து வேறுபட்ட ஒரு தனித்துவமிக்க அல்லது தனக்குள்ளேயே இருக்கும் ஒரு நிலை. ஆயினும் நுட்பமாகக் கூட இந்தக் கருத்தைப் பற்றிக்கொள்ளும் மனப்பாங்கை அவர் வேரோடு பிடுங்கி எறிய முயன்றார். இவ்வாறாக, வெறுமை பற்றிய புரிதல், மனிதர்களையும் தோற்றப்பாடு களையும் உள்ளடக்கும் வகையில் விரிவாக்கப்பட்டது.

போதிதர்மா

இந்த மஹாயானா கண்ணோட்டத்தின் அடிப்படையை வைத்து, புதுபாணியில் கற்பித்தலை இந்தியாவிலிருந்து சீனாவுக்குக் கொண்டுவந்தார் போதிதர்மா. இவர்தான், சீன ஜென் பௌத்தத்தின் (அல்லது சான்) முதல் மூதாதையர் (இந்திய புத்தத்தின் 28வது மூதாதையர்). போதிதர்மா என்பவர் எப்போதுமே இருந்ததில்லை என்று பல வரலாற்றாசிரியர்கள் நம்புகிறார்கள். அதாவது பல்வேறு வகையான ஜென் மரபுவழிகளின் மூலத்தைக் கண்டறியும் நோக்கத்துடன் அது பல ஆசிரியர்களின் வாழ்வுகளை இணைத்து ஒன்றாக்கப்பட்டது என அவர்கள் நம்புகிறார்கள். ஆனால், போதிதர்மா கி.பி. 520வது ஆண்டு வாக்கில் இலங்கையிலிருந்து சீனாவுக்கு வந்ததாக புராணம் சொல்கிறது. அந்தச் சமயத்தில், சீனாவில் மஹாயானா புத்தம் ஏற்கெனவே தோன்றியிருந்தது. அங்கே இருந்த பல்கலைக்கழகங்களில் புத்த உளவியலும் தத்துவமும் கற்பிக்கப்பட்டன. தியானப் பயிற்சி குறித்தும் உண்மையை நேரடியாக அகப்பார்வை பற்றியும் போதிதர்மா அழுத்திச் சொன்னதே, சீன புத்தத்தில் புரட்சி நிகழக் காரணமாகி ஜென் பிறக்க வழிகோலியது.

போதிதர்மா சீனாவுக்கு வந்ததும் பேரரசர் வூவை சந்திக்கச் சென்றார். இந்தப் பேரரசர் புத்தத்தின் பெருந்தன்மையான புரவலர். அவரே மஹாயானா முறையையும் கடைப்பிடிப்பவர். பேரரசர் போதிதர்மாவிடம்,
பல மடாலயங்களையும், பல்கலைக் கழகங்களையும் உருவாக்கிவிட்டேன். தயவுசெய்து சொல்லுங்கள், என்ன சிறப்பை நான் சம்பாதித்திருக்கிறேன்?
எதுவும் இல்லை.

பேரரசர் வூ திகைத்தார்.
புனிதமான உண்மையின் பொருள் என்ன?
அது குறையற்ற வெறுமை; புனிதம் என்று ஒன்றுமில்லை!
அப்படி என்றால், சொல்லுங்கள் நீங்கள் யார்?
யானறியேன்!
போதிதர்மாவின் இந்த பதில்தான் இப்போதும் புகழ்பெற்றுள்ளது.

போதிதர்மா சொன்னதைக் கேட்டு பேரரசர் வூ முழுமையாகக் குழம்பிவிட்டார். அரண்மனையிலிருந்து கிளம்பிய போதிதர்மா, மஞ்சள் ஆற்றைக் கடந்து வெய் மாகாணத்திற்கு வந்து ஒரு சுவரைப் பார்த்தவண்ணம், ஒன்பது ஆண்டுகள் ஆழ்ந்த தியானத்தில் அமர்ந்தார். அவர் கற்றுத்தருவதற்கான காலம் கனியவில்லை.

ஒரு நாள், துறவி ஒருவர் போதிதர்மாவைக் காண வந்தார். அவர் பெயர் குவாங். பின்னால், ஹுய்-கே என்றழைக்கப்பட்ட, ஜென் புத்தத்தின் இரண்டாம் மூதாதை. தன்னைச் சீடனாக ஏற்றுக்கொள்ளும்படி போதிதர்மாவிடம் அவர் கெஞ்சினார். ஆனால், முதல் மூதாதை அவரை மறுத்துவிட்டார். அது கடுமையான குளிர்காலம். கொடும் பனியில் தனது முழங்கால்கள் அமிழும் வரை குவாங் வெளியிலேயே காத்து நின்றார். அவருடைய பேரார்வமிக்க தன்மையைப் பார்த்தும்கூட போதிதர்மா நம்பவில்லை.

நம்பிக்கை இழந்து மனம் தளர்ந்த குவாங், தனது வாளை எடுத்துத் தன் வலக் கரத்தை வெட்டித் துண்டித்து, அதை போதிதர்மாவுக்குப் பரிசளித்தார். தனக்குப் போதிக்குமாறு மன்றாடினார்.
குருவே, எனது மனம் அமைதியற்று தவிக்கிறது. தயவுசெய்து அதை அமைதிப்படுத்த உதவுங்கள்!
உன் மனத்தை இங்கே கொண்டு வா. அதை நான் அமைதிப்படுத்துவேன்
எங்கும் தேடிவிட்டேன். ஆனால், நான் அதைக் கண்டேனில்லை!
இதோ! அதை அமைதிப்படுத்தி விட்டேன்!

இந்த எதிர்பாராத நிகழ்வுக்குப் பிறகு போதிதர்மா, குரு வாழ்வை ஏற்றுக்கொண்டார்.

அவர் ஷாவோ-லின் என்னும் மடாலயத்தில் தன் காலத்தைக் கழித்தார். அங்குதான், தற்காப்புக் கலையான குங் ஃபூவைக் கண்டு பிடித்த பெருமையைப் பெற்றார்.

குங் ஃபூவைத் தந்ததற்கு நன்றி

அதைப் பற்றி எனக்குக் கவலையில்லை.

தன் வாழ்வின் இறுதி நாட்களில் அவர் இந்தியாவுக்குத் திரும்ப முடிவெடுத்தார். தனக்கு மிகவும் நெருக்கமாக இருந்த சீடர்களின் பக்குவத்தைச் சோதிக்க அவர்களை அழைத்தார். முதலில் வந்தவர் டாவோ-ஃபு.

எனது கண்ணோட்டத்தில், ஏற்புக்கும் மறுப்புக்கும் மேலாக இருக்கிறது உண்மை.

எனது சருமம் உனக்கு.

இரண்டாவதாக வந்தவர் துறவி சுவாங்-சி

நான் அறிந்தவரை அது ஒருமுறை ஒளிர்ந்து, பிறகு என்றும் மறைந்துவிடும்.

எனது சதை உனக்கு.

மூன்றாவது, டாவோ-யு

நான்கு மூலகங்கள் (பூதங்கள்) வெறுமையில் இருக்கின்றன; ஐந்து ஸ்கந்தங்கள் (உருவம், உணர்ச்சி, கண்டுணர்தல், எண்ணக்கரு, நனவுநிலை) புறவுலகில் காணப்படுவதில்லை. எனது கருத்துப்படி, எதையுமே உண்மை எனப் பற்றிப் பிடித்துக்கொள்ள முடியாது.

உனக்கு எனது எலும்புகள்.

கடைசியாக, ஹுய்-கே பணிந்து தன் குருவை வணங்கிவிட்டு மௌனமாக நின்றிருந்தார்.

எனது எலும்பின் மஜ்ஜை உனக்கு.

ஹுய்-கே

ஆயுதக்குறைப்பு, யாருக்காவது?

இப்போது ஹுய்-கே இரண்டாவது மூதாதை ஆகிவிட்டார். போதிதர்மா இந்தியாவுக்குச் சென்றார். அவருக்கு மிகவும் வயதாகி விட்டது. சுமார் 150 ஆண்டுகளுக்கும் மேல் அவர் இருந்திருப்பார் என்று சிலர் குறிப்பிடுகிறார்கள்.

தாவோயிஸம்

மூன்றாவது மூதாதையான, செங்-ஷான் காலத்தில் ஜென், தாவோயிஸத்தால் பெரிதும் தாக்கத்திற்கு உள்ளானது. சீன மண்ணின் இயல்பான ஆன்மிகப் பாரம்பரியமான தாவோயிஸம், அங்கு கிட்டத்தட்ட ஆயிரம் ஆண்டுகளுக்கு முன்னரே செழித்துப் பரவியிருந்தது. புத்தரின் சம காலத்தவரான லாஓ-சூவின் போதனைகளை அடிப்படையாகக் கொண்டது தாவோயிஸம். அது, உண்மைநிலை இயற்கையான ஒழுக்கங்களுடன், எவ்விதக் குறுக்கீடுமின்றி இயங்குகிறது என்று வரையறுக்கிறது. இதை செங்-ஷான் 'தன்னிச்சையான செயல்பாடு' என்று கூறினார்.

லாஓ-சூ

பிரபஞ்ச விதையைக் கருக்கொள்ளும் மாயத் தாய்மையின் மரணமில்லாப் பள்ளத்தாக்கின் வழியே நகரும் உயிரின் மூச்சு...

செங்-ஷான்

செங்-ஷானுடைய புகழ்பெற்ற 'மனத்தின் நம்பிக்கை மீதான வசனங்கள் தெளிவான தாவோயிஸத்தின் நறுமணத்தைக் கொண்டவை:

பரந்த வெளியைப்போல இந்தப் பாதை கச்சிதமாக இருக்கிறது அதில் எதுவுமே மிகையாக இல்லை; குறைவாகவும் இல்லை.

உண்மையில், அதை ஏற்பது அல்லது மறுதலிப்பது என்பது நாம் தேர்வு செய்வதைப் பொறுத்துதான். அப்படிச் செய்தால் பொருட்களின் இயல்பான உண்மையை நம்மால் காண முடியாது.

புறப் பொருட்களின் கவர்ச்சியில் சிக்கிக்கொண்டும் வாழ வேண்டாம். வெறுமையின் உள்ளார்ந்த உணர்வுகளில் சிக்கியும் வாழ வேண்டாம்.

பொருட்களின் ஒருமையில் மனம் லயித்து தெளிவாக இருங்கள். அப்படி இருந்தால் மேற்சொன்ன தவறான கண்ணோட்டங்கள் தாமாகவே மறைந்துவிடும்.

செயலற்ற நிலையை அடைவதற்காக செயலை நீங்கள் நிறுத்த முயலும்போது, உங்களது அந்த முயற்சியே உங்களுக்குள் செயலை நிரப்பிவிடும்.

ஒரே முனையில் அல்லது இன்னொரு முனையிலே நீங்கள் நிலைகொண்டு இருக்கும் வரை, உங்களால் ஒருமை என்பதை ஒருபோதும் அறிந்துகொள்ளவே முடியாது.

- குரு செங்-ஷான்

ஆறாவது மூதாதையான ஹுய்-நெங் (கி.பி.638-713) காலம் வரை ஜென் தத்துவத்துக்கு, புத்தத்தின் ஒரு தனிப்பட்ட பிரிவாக அங்கீகாரம் கிடைக்கவில்லை. ஹுய்-நெங்கின் தோற்றமும் பாணியும் ஜென்னின் ஆன்மாவுக்கு உருவம் கொடுத்தது. அவரிடமிருந்து தொடங்கிய அந்தக் காலமே, ஜென்னின் பொற்காலம்.

ஹுய்-நெங்

சீனாவின் பின்தங்கிய தென்பகுதியில் வளர்ந்தவர் ஹுய்-நெங். மிகவும் வறுமையில் வாடியவர். விறகு விற்று, தன்னையும் தன் தாயையும் காப்பாற்றினார். ஒரு நாள் தெருவில், புத்தத்தின் 'வைர சூத்திர'த்தைத் துறவி ஒருவர் சப்தமாக உச்சரித்ததைக் கேட்டார் ஹுய்-நெங். இதன்மூலம் ஹுய்-நெங் ஆழ்ந்த விழிப்புணர்வை அனுபவித்து, ஒரு குருவைத் தேடிப் போவது என்ற முடிவுக்கு வந்தார்.

தன் தாய்க்கு ஏதோ ஒருவகையில் தேவையானவற்றை வழங்கிவிட்டு, ஐந்தாவது ஜென் மூதாதையும் ஐநூறு சீடர்களைக் கொண்ட பெரிய மடாலயத்தின் தலைமை குருவுமான ஹுங்-ஜென் குருவைக் காண வட சீனத்துக்கு ஹுய்-நெங் பயணப்பட்டார்.

அவர் மடாலயத்துக்கு வந்து சேர்ந்ததும், அக்காலத்தில் பொதுவாக நிலவிய ஒரு தப்பான கருத்தை வெளிப்படுத்தி அவரைச் சோதித்தார் குரு.

தெற்கத்தியத் துறவிகளிடம் புத்த இயல்பு இல்லை. நீ புத்த நிலையை அடைய முடியுமென எதிர்பார்க்கிறாயா?

இளைஞரான ஹூய்-நெங் பதிலளித்தார்,

இங்கே தெற்கத்தியர்களும் வடக்கத்தியர்களும் இருக்கலாம். ஆனால், புத்த இயல்பில் இரு தரப்புக்கும் வித்தியாசமில்லை.

குருவின் மனத்தில் இது ஆழமாகப் பதிந்தது. கல்வியறிவில்லாத அந்த விவசாயியை மற்ற துறவிகளோடு சேர்ந்து பயில அனுமதிக்க அவரால் முடியவில்லை. ஆகவே, ஹூய்-நெங்குக்கு அரிசி குத்தும் முக்கியமில்லாத வேலையைக் கொடுத்தார்.

ஏறக்குறைய எட்டு மாதங்கள் கடந்துவிட்டது, ஐந்தாவது மூதாதையான குரு ஹூங்-ஜென் தனக்குப் பிறகு ஒரு வாரிசைக் கண்டுபிடிக்க முடிவெடுத்தார்; அவர் ஒரு போட்டியை அறிவித்தார். அதன்படி, ஒவ்வொரு சீடனும் தன் புரிதலைச் சிறிய கவிதையாக எழுதி அதை மடாலய சுவரில் காட்சிக்கு வைக்கவேண்டும். அப்போதிருந்த துறவிகள் தம்மிடையே, 'பெரிய கல்விமானும் வயதில் முதியவருமான ஷென்-ஷியு துறவிதான் ஜெயிப்பார், அவருடைய கவிதையே சுவரில் காட்சியளிக்கும்' என எதிர்பார்த்தனர். அந்தக் கவிதை சொன்னது:

உடல் போதி மரம் போன்றது,
மனமோ பிரகாசமான ஒரு கண்ணாடி,
நாம் அதைக் கவனமாக
துடைக்கிறோம், ஒவ்வொரு நாளும்
அதில் தூசு படியாமல் இருக்க.

அந்தக் காலத்தில் பரவலாக இருந்த தியானத்தின் பாணியை வெளிப்படுத்தியது இந்தக் கவிதை. சிந்தனைகளும் முரண்பட்ட உணர்வெழுச்சிகளும் மனதின் மாசாகப் பார்க்கப்பட்டன. அப்படி அவை தோன்றுவதைத் தடுக்கும்போதுதான், யதார்த்தம் எப்படி இருக்கிறதோ அதை அப்படியே மனதால் பிரதிபலிக்க முடியும். இவ்வாறு செயலற்ற மனநிலையே துறவிகளுக்கு இலக்குகளாக இருந்தன. கவிதைப் போட்டியைக் கேள்விப்பட்ட ஹுய்-நெங், துறவி ஒருவரிடம் ஒட்டப்பட்டிருக்கும் கவிதையைப் படித்துக் காட்டும்படி கேட்டார். பிறகு தனது பதில் கவிதையை எழுதினார் (ஹுய்-நெங் கல்லாதவராக இருந்தாலும், அவர் பல சூத்திரங்களைப் பிரமாதமாக மேற்கோள் காட்டுவார் என்று சொல்லப்படுகிறது). இப்படிப் போனது அவர் கவிதை.

உடல் என்பது போதி மரம் போன்றதல்ல, அதோடு,
மனம் பிரகாசமான கண்ணாடியும் அல்ல.
எல்லாமே வெறுமையிலிருந்து தொடங்கும்போது,
எங்கிருந்து தூசு படிய முடியும்?

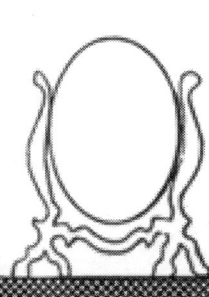

ஹுய்-நெங் வெறுமையைப் பற்றி புரிந்திருந்தார். சிந்தனைகள், உணர்வெழுச்சிகள் போன்ற தோற்றப்பாடுகளுக்கும் அவற்றைப் பிரதிபலிக்கும் மனத்தின் விழிப்புணர்வுக்கும் இடையே வேறுபாடு இருக்க முடியாது என்பதை அவருடைய கவிதை அழுத்தம் திருத்தமாக அறிவித்தது. இந்த இரண்டாவது கவிதையை ஒட்ட துணிந்தவர் யார் என்று எல்லாத் துறவிகளும் வியந்தனர். ஆனால், மூதாதைக்குத் தெரியும், இத்தகைய ஆழமான புரிதல் கொண்டவர் மடாலயத்திலேயே ஒருவர் மட்டும்தான் என்று.

ஓர் இரவு, எல்லாத் துறவிகளும் உறங்கிக் கொண்டிருந்தபோது, குரு தனது அறைக்கு ஹூய்-நெங்கைக் கூப்பிட்டு, தனது மேலங்கியையும், மூதாதைகளின் பிச்சைப் பாத்திரத்தையும் அவரிடம் அளித்தார்.

பொறாமையால் மற்றத் துறவிகள் கடும் கோபம் கொள்வார்கள் என்று பயந்த குரு ஹூங்-ஜென், மலைகளுக்கு ஓடிச் சென்று மறைந்துக்கொள்ளும்படி ஹூய்-நெங்குக்கு அறிவுரை சொன்னார்.

அப்படியே, ஹூய்-நெங் ஓடி மறைந்தார்.

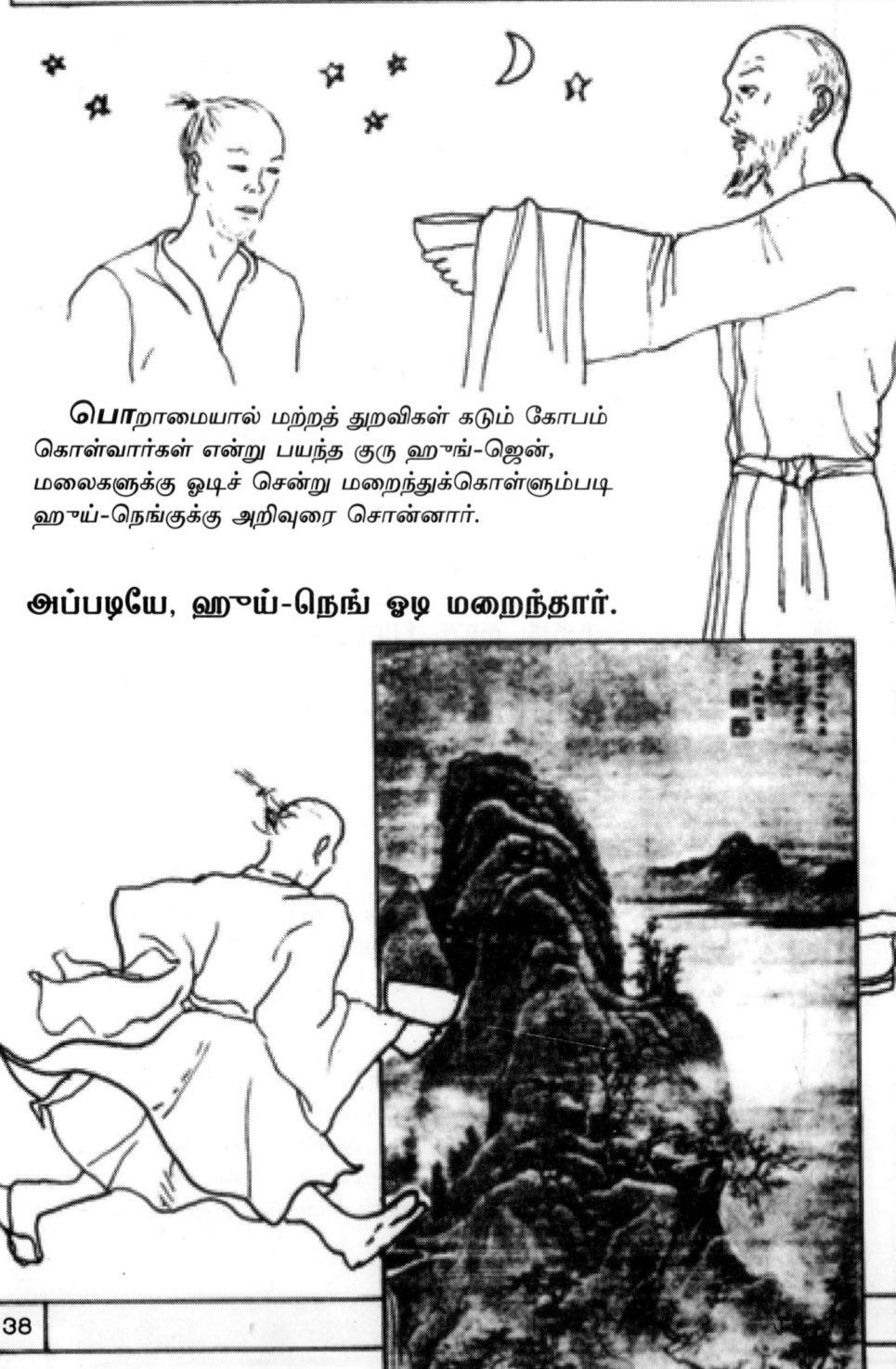

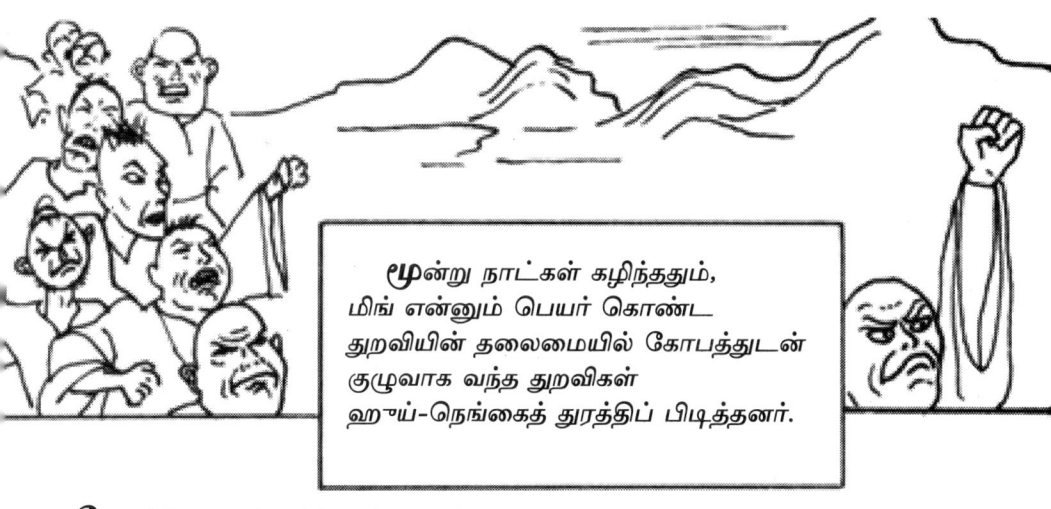

மூன்று நாட்கள் கழிந்ததும், மிங் என்னும் பெயர் கொண்ட துறவியின் தலைமையில் கோபத்துடன் குழுவாக வந்த துறவிகள் ஹுய்-நெங்கைத் துரத்திப் பிடித்தனர்.

மேலங்கியையும், பிச்சைப் பாத்திரத்தையும் பாறை மேல் வைத்த ஹுய்-நெங், தலைமைதாக்கி வந்த மிங்கிடம் சொன்னார்:

நமது மூதாதைகளின் நம்பிக்கையை அடையாளப்படுத்துகிறது இந்த மேலங்கி. இதைப் பலவந்தத்தின் மூலம் பெற முடியாது. உனக்கு விருப்பம் என்றால், அதை நீ எடுத்துக்கொள்ளலாம்.

மிங் பாறையிலிருந்து அதை எடுக்க முயன்றார். அதைத் தூக்கக்கூட தன்னால் இயலாததைக் கண்டு திகைத்துப் போனார். நடுங்கிக்கொண்டே ஹுய்-நெங்கிடம் சொன்னார்: 'நான் இந்த அங்கிக்கும், பிச்சைப் பாத்திரத்துக்கும் வரவில்லை. தயவுசெய்து எனக்கு போதனை செய்யுங்கள்.'

ஹுய்-நெங் சொன்னார்:

கற்பதற்காக நீ வந்திருந்தால், நன்மை தீமை பற்றி நினைக்காதே. இந்தக் கணத்தில், பிறப்பதற்கு முன்பே நீ பெற்றிருந்த உன் அசல் முகம் என்பது எது?

உடனடியாக, பல ஆண்டு பயிற்சியின் பலன், மிங்குக்குக் கிடைத்தது. அவர் ஞானம் அடைந்தார்.

அதன் பிறகு மிங் தன் குருவிடம் கேட்டார்: 'இப்போது வெளிப்படுத்தினீர்களே அதைத் தவிர, வேறு ஏதேனும் இரகசியங்கள் மறைந்திருக்கின்றனவா?'

ஹு ய்-நெங் பதிலளித்தார்: 'இப்போது வெளிப்படுத்தியதைத் தவிர வேறெந்த இரகசியமும் மறைந்திருக்கவில்லை. உன்னால் உனக்குள்ளேயே பார்க்க முடிந்து, உன் அசல் முகத்தைக் கண்டறிய முடிந்தால், அதன்பிறகு அந்த இரகசியம் உனக்குள்தான் இருக்கும்.'

அடுத்த பத்தாண்டுகளை மலைகளில் தனிமையிலேயே கழித்தார் ஹுய்-நெங். அந்தச் சமயத்தில், ஷென்-ஷியுவிடம் வாரிசுரிமையை ஒப்படைத்து விட்டு ஐந்தாவது மூதாதையர் உயிர் நீத்தார். கி.பி. 676இல் தனது முப்பத்தொன்பதாவது வயதில், ஹுய்-நெங் போதகராகத் தன் பொது வாழ்க்கையைத் தொடங்கினார். ஃபா-ஷிங் கோயிலுக்கு அவர் முதலில் வந்தார். அங்குள்ள வாசல் கதவுகள் வழியாக அவர் நுழைந்தபோது, கொடிமரத்துக்கு அருகில் இரு துறவிகள் விவாதித்துக் கொண்டிருப்பதை அவர் கேட்டார்.

ஒரு துறவி, ‘கொடி அசைந்துகொண்டு இருக்கிறது’ என்றார். மற்றவரோ, ‘காற்று அசைந்துகொண்டு இருக்கிறது’ என்றார். ஆறாவது மூதாதை சொன்னார்:

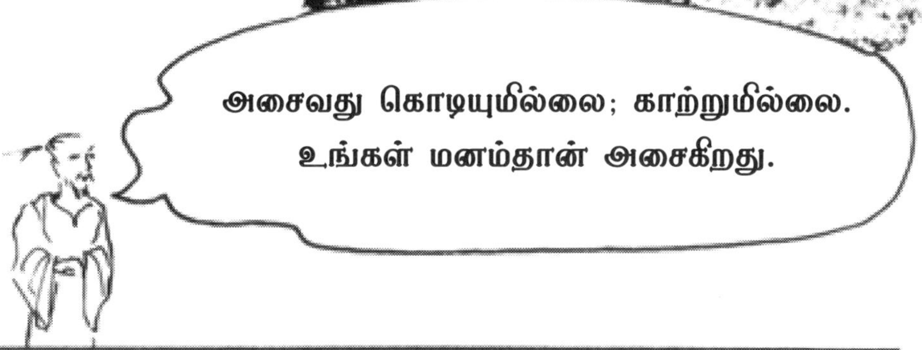

அசைவது கொடியுமில்லை; காற்றுமில்லை. உங்கள் மனம்தான் அசைகிறது.

பிறகு, அந்தக் கோயிலின் தலைமை குரு, ஹுய்-நெங்கை அழைத்துத் தனக்கு ஜென்னைப் போதிக்கும்படிக் கேட்டுக்கொண்டார்.

வாழ்வில் இருமைத் தன்மை இருப்பதை, சிந்தனையின் குழப்பத்தால் பார்க்கிறோம். ஞானம் பெற்றவர்களோ கருத்துகளின் தடையின்றி பொருட்களின் சுய இயல்புக்குள் பார்க்கிறார்கள்.

சீனா

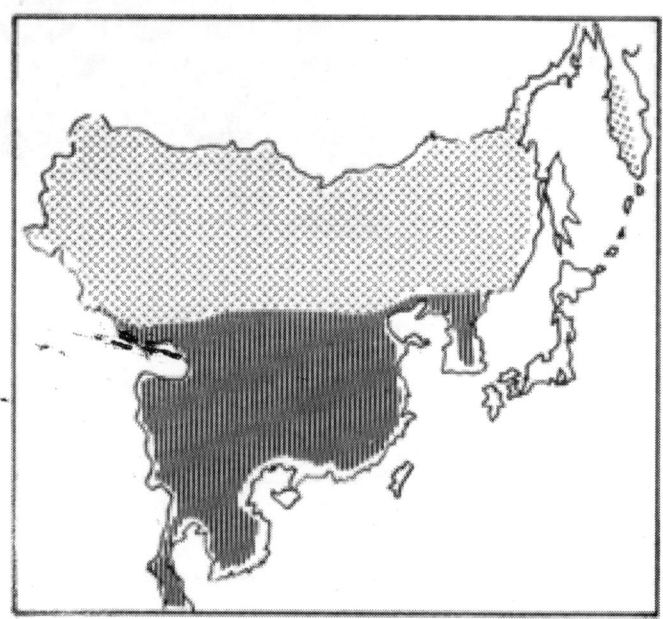

படிப்படியான ஞானம்

உடனடி ஞானம்

ஹூய்-நெங் தெற்கு நோக்கிப் பயணப்பட்டார். அங்கு தன் வாழ்வின் பெரும்பாலான காலத்தை பாவோ-லின் மடாலயத்தில் போதிப்பதிலேயே செலவிட்டார். அவரது போதனைகள் சம்ஸ்கிருத (இந்திய) வார்த்தைகளைப் பயன்படுத்தும் பாரம்பரியத்தை விட்டுவிட்டு, சீன மண்ணின் முழுமையான பின்னணியிலிருந்து வந்தன. இதுவே ஜென்னுக்குரிய தனிப்பண்புள்ள தொனியைக் கொடுத்தது. இவருடைய பாணி, 'உடனடி ஞானம்' அல்லது தெற்கத்திய ஜென் பள்ளி என்று அழைக்கப்பட்டது. 'படிப்படியான ஞானம்' அல்லது வடக்கத்திய பள்ளி என்று அழைக்கப்பட்ட ஆறாவது மூதாதையாக ஷென்-ஷியு பள்ளியிலிருந்து அது முற்றிலும் வேறுபட்டிருந்தது.

அதிகம் பயன்படுத்தப்படும் மிகச் சிறந்த ஜென் வரியான, 'ஒருவனின் சுய இயல்புக்குள் (சொரூபத்துக்குள்) பார்ப்பது' என்ற உவமைக்குச் சொந்தக்காரர் ஹுய்-நெங். இப்படிப்பட்ட பார்வைக்கு அவர் அழுத்தம் கொடுத்தார். படிப்படியாக முன்னேற்றம் காணும் நிலையைவிட, இது சட்டென நிகழும் நிகழ்வாக இருக்கிறது. அவருடைய 'நடைபாதை சூத்திரம்' சொல்கிறது:

ஞான சித்தாந்தம் எதிர்பாராமல் புரிந்துகொள்ளப்படும்போது, வெளி உலகப் பொருட்களில் ஒழுங்குமுறை இருக்க வேண்டிய தேவையில்லை. ஒருவர் எப்போதும் தனது மனதுக்குள் சரியான கண்ணோட்டத்தைக் கொண்டிருந்தால், அவர் ஒருபோதும் ஏமாற்றப்பட மாட்டார். இதுதான் ஒருவனின் சுய இயல்புக்குள் பார்ப்பது.

அந்தச் சமயத்தில், வடக்கத்தியப் பள்ளியைப் பின்பற்றுபவர்களுக்கும் தெற்கத்தியப் பள்ளியைப் பின்பற்றுபவர்களுக்கும் இடையில் சச்சரவு இருந்தது. ஹுய்-நெங்கும் ஷென்-ஷியும் ஒருவருக்கொருவர் நட்புணர்வுடன் இருந்தபோதிலும், வடக்கத்தியப் பள்ளியைச் சேர்ந்த சில துறவிகள் ஹுய்-நெங்கைக் கொல்ல முயன்றதாகவும், அது வெற்றி பெறவில்லை என்றும் சொல்லப்படுகிறது.

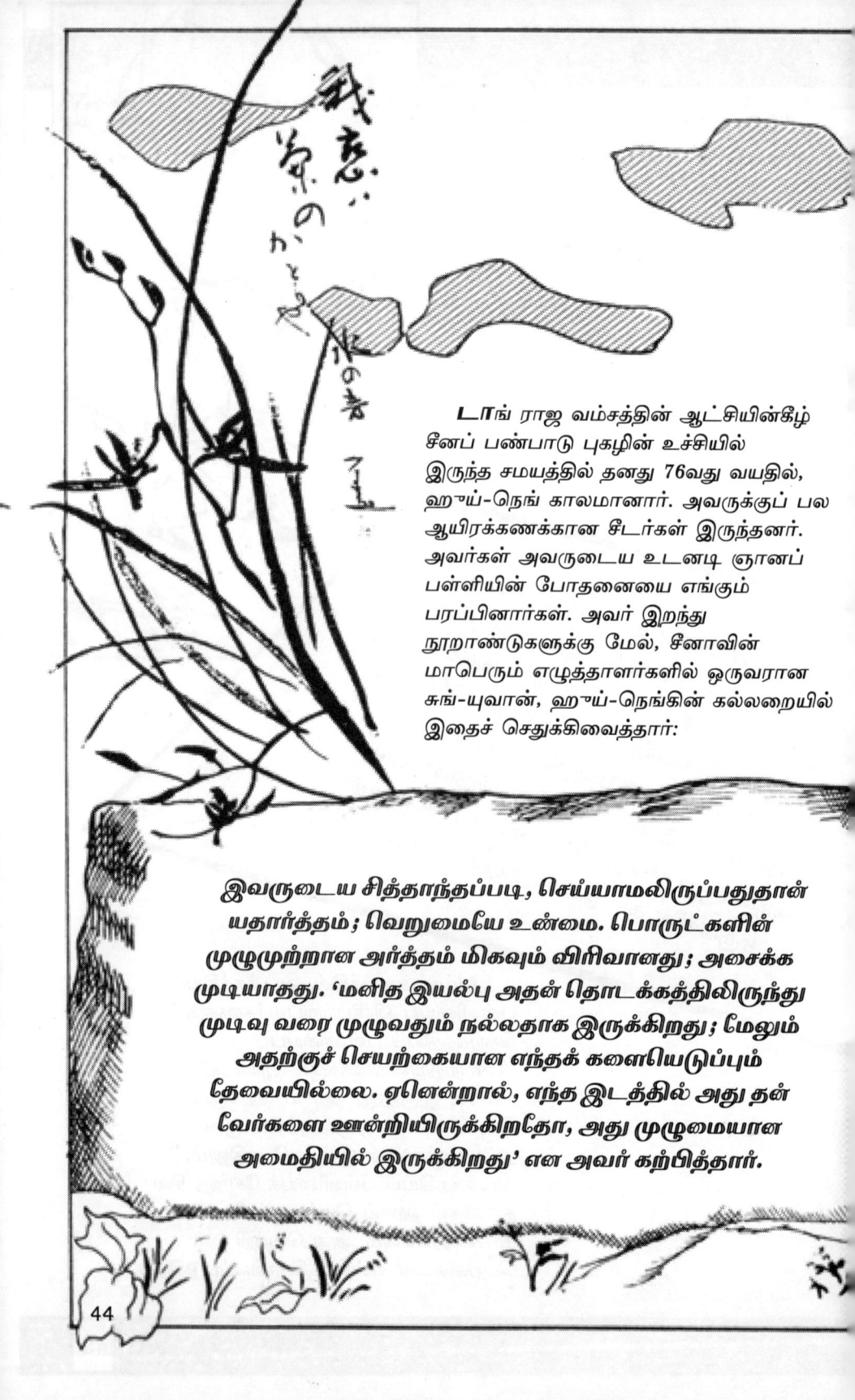

டாங் ராஜ வம்சத்தின் ஆட்சியின்கீழ் சீனப் பண்பாடு புகழின் உச்சியில் இருந்த சமயத்தில் தனது 76வது வயதில், ஹுய்-நெங் காலமானார். அவருக்குப் பல ஆயிரக்கணக்கான சீடர்கள் இருந்தனர். அவர்கள் அவருடைய உடனடி ஞானப் பள்ளியின் போதனையை எங்கும் பரப்பினார்கள். அவர் இறந்து நூறாண்டுகளுக்கு மேல், சீனாவின் மாபெரும் எழுத்தாளர்களில் ஒருவரான சுங்-யுவான், ஹுய்-நெங்கின் கல்லறையில் இதைச் செதுக்கிவைத்தார்:

இவருடைய சித்தாந்தப்படி, செய்யாமலிருப்பதுதான் யதார்த்தம்; வெறுமையே உண்மை. பொருட்களின் முழுமுற்றான அர்த்தம் மிகவும் விரிவானது; அசைக்க முடியாதது. 'மனித இயல்பு அதன் தொடக்கத்திலிருந்து முடிவு வரை முழுவதும் நல்லதாக இருக்கிறது; மேலும் அதற்குச் செயற்கையான எந்தக் களையெடுப்பும் தேவையில்லை. ஏனென்றால், எந்த இடத்தில் அது தன் வேர்களை ஊன்றியிருக்கிறதோ, அது முழுமையான அமைதியில் இருக்கிறது' என அவர் கற்பித்தார்.

ஜென் கோட்பாடுகள்

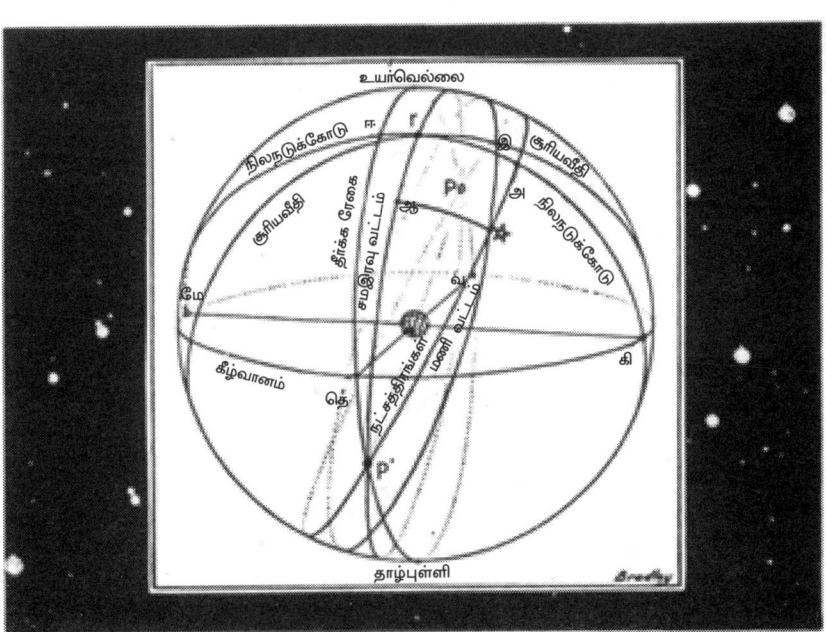

இந்தப் பிரபஞ்சம் ஒருமையானது, ஒன்றையொன்று சார்ந்த முழுமையான சக்தி வாய்ந்தது என்றே ஜென் புத்தர்கள் நம்புகிறார்கள். எந்த அளவுக்கு வித்தியாசப்படுகிறோமோ, அந்த அளவுக்கு இந்த முழுமையின் உறவால்தான் நம் ஒவ்வொருவரின் இருத்தலும் இருக்கிறது என்பதை உணர்கிறோம். ஒன்றையொன்று சார்ந்த இந்த நிலையைப் புத்தம், 'வெறுமை' என்கிறது. ஒவ்வொன்றும் வேறொன்றால் விளைகிறது. தொடர்ச்சியாக, அது மற்றொன்றின் காரணமாகிறது.

எதுவும் நிரந்தரமில்லை.

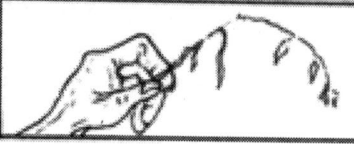

பிரபஞ்சத்தில் இருக்கும் ஒவ்வொன்றும் அழியக்கூடியதுதான்.

எதன் இருப்பும் இன்றியமையாததல்ல.

ஒவ்வொன்றையும் பல துண்டுகளாக உடைக்க முடியும். அந்தத் துண்டுகளையும் சுக்குநூறாக்க முடியும்.

மனிதனும்கூட உடற்கூறுகள், உளவியல் மனப்பாங்கு ஆகியவற்றோடு தொடர்ந்து ஒன்றோடு ஒன்றாக இணைந்து மாறிக்கொண்டே இருப்பதாகக் கருதப்படுகிறது. ஞானமடைதல் என்பது ஜென்னில் அடிக்கடி 'பெரும் மரணம்' என்று அழைக்கப்படுகிறது. இதன் பொருள் தன்மீதான பற்றுணர்வு அல்லது அகந்தை (ஈகோ) என்று அழைக்கப்படும் உளவியல் ரீதியிலான வரைவடிவங்களின் மரணம். அகந்தை கரையும் போது அகத்திற்கும் புறத்திற்கும் இடையே உள்ள புலனுணர்வின் இருமைத்தன்மையும்கூட கரையும்.

ஜென் கோட்பாட்டில் புரிந்துகொள்ள வேண்டிய நுட்பமானதும் மிகவும் முக்கியமானதுமான ஒரு கருத்து, இதய சூத்திரத்தில் ஒரு வரியில் விளக்கப்படுகிறது. 'உருவம் (வடிவம்) என்பது வெறுமை, வெறுமை என்பது உருவம் (வடிவம்)' என அது சொல்கிறது,

உருவம் என்பது வெறுமை,
வெறுமை என்பது உருவம்

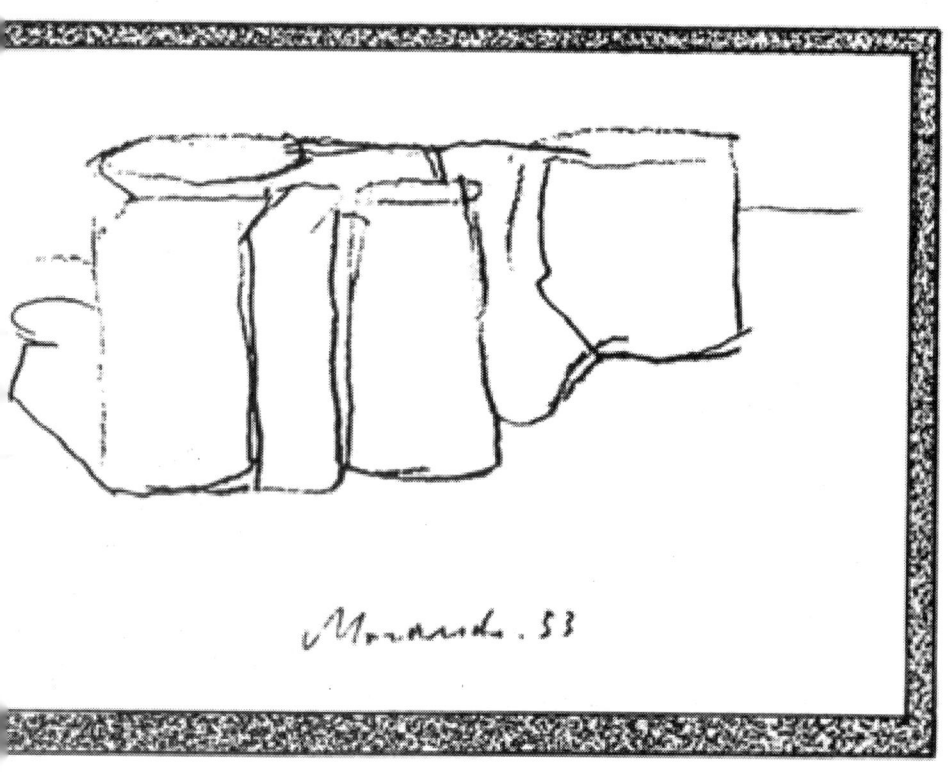

வெறுமை என்பது நமது பிரபஞ்சத்திலிருந்து தனித்தது அல்லது அதை மீறிய ஏதோ ஒன்று என்று புரிந்துகொள்ளக் கூடாது. பிரபஞ்சத்தில் இருக்கும் எல்லா வடிவங்களையும் சார்ந்த இயல்பாக அது இருக்கிறது. வேறு வகையில் சொல்வதென்றால், சார்புநிலை, தன்னளவில் இந்த வடிவங்களின் வெறுமையாக இருக்கிறது.

ஆகவே, ஒரு நாற்காலி என்பது நாற்காலிதான். அதேசமயம், அது நாற்காலியும் அல்ல (இருப்பினும், அணுக்களின் குறிப்பிட்ட அந்த வரை வடிவத்தைக் குறிப்பிட்ட கணத்தில் நாம் தேர்ந்தெடுத்து அதை நாற்காலி என்று சொல்ல முடியும்). மேலும், மனிதன் என்பவன் நிச்சயமாக மனிதன்தான் (உதாரணமாக, நாம் கிள்ளினால் அவன் எதிர்வினை செய்வான்). ஆனால், அவன் மனிதன் அல்லாதவனாகவும் இருக்கிறான்; ஆனால் காலத்திலும் வெளியிலும் அவனுடைய நிலையால் தற்காலிக அதிர்வுக்குரிய வடிவமைப்பு மட்டும் உருவாக்கப்படுகிறது.

ஜென் போதிப்பதாவது: நிலை உறுதியற்ற ஒன்றோடொன்று சார்ந்த அனுபவங்களின் கணத்தின் மேல் எதையும் சாரா சுயம் என்னும் பொய்யான தோற்றத்தைத் திணிக்கும்போது தவறான சுயம் உருவாகிறது. அதன்பிறகு திணிக்கப்பட்ட தவறான சுயத்தின் எல்லைகளை அதனைச் சுற்றியிருக்கும் சக்திகளிடம் இழந்துவிடாமல் பாதுகாக்க முயலும்போது நமக்குத் துன்பம் தொடங்குகிறது.

உலகிலுள்ளவை பல கூறுகளாக இருக்கின்றன என்ற பொய்யான தோற்றத்தால் (மாயையால்) எல்லா முரண்பாடுகளும் தோன்றுவதாக ஜென் சொல்கிறது. அந்த உலகமோ உண்மையில், முழு ஐக்கியமுடையதாகவும் தொடர்ச்சியுடையதாகவும் இருக்கிறது. உண்மையான ஞானம் என்பது எல்லா வடிவங்களிலும் இருக்கும் ஒருமையையும், ஒவ்வொரு வடிவத்தின் சிறப்பியல்பையும் சமமாக அறிந்துகொள்வதுதான். ஒரு மனிதனின் வாழ்வில் இதுவே முழுமையான உணர்தலாகவும் நிறைவாகவும் இருக்கிறது. ஒருவனுக்குத் தனித்த இருப்பில்லை.

அதாவது, பிரபஞ்சத்தின் 'பத்தாயிரம் பொருட்களில்' அவனும் ஒருவன் என்பதுதான் அந்தப் புரிதல். ஒருவன் சரியான ஞானத்தை அதன் பூஜ்ய நிலையில் அடைவதற்கு எதிர்மறை ஆற்றலையும் (சுயம் இல்லாதது) நேர்மறை ஆற்றலையும் (முழுமையான சுயம்) முழுமையாக வளர்த்துக் கொள்ள வேண்டும் என சமகால ஒரு ஜென் குரு கூறுகிறார். ஆகையால், நமது அகந்தை இறந்து கொண்டிருக்கும்போது, நம்மைப் பற்றிய புலனுணர்வும் மெய்யறிவும் எல்லா நேரத்திலும் மிகவும் தெளிவாகிக்கொண்டே இருக்கின்றன.

நீ வார்த்தைகளை என் வாயாலேயே சொல்ல வைத்துவிட்டாய்!

'சகோதரர்களே, மனம், யதார்த்தம் ஆகியவற்றுக்கு உறுதியான வடிவமில்லை. அது ஊடுருவி பிரபஞ்சத்துக்குள் பாய்கிறது. கண்களில் அது பார்வையாகச் செயல்படுகிறது; காதுகளில் அது கேட்கின்றது; நாசியில் அது வாசனையை முகர்கிறது; வாயில் அது பேசுகிறது; கைகளில் அது பற்றுகிறது; கால்களில் அது நடக்கிறது. இந்த எல்லாச் செயல்களும் உண்மையிலேயே ஆன்ம சுடரொளியின் ஒற்றை ஜோதி தான். அது தனக்குள் ஒத்திசைவான பல கூறுகளாகப் பிரிந்து நிற்கிறது. ஏனென்றால், மனதுக்கு அதற்கே உரிய உறுதியான வடிவமில்லை என்பதால், அது எல்லா வடிவங்களிலும் இயல்பாக செயலாற்றுகிறது.'

- குரு ரின்ஸை

பிரபஞ்சம் என்பது ஒரே மனம் போல் தன்னைப் பல வடிவங்களில் வெளிப்படுத்துகிறது என்று சில ஜென் போதகர்கள் விவரிக்கின்றனர். யாரேனும் ஒருவர் ஞானமடையும் போது அவர்/அவளுக்கு சொந்தமான தனிப்பட்ட மனம், அந்த ஒரே மனத்தின் அடிப்படையை எட்டிவிடுவதாகவும் அவர்கள் சொல்கிறார்கள்.

எதுவுமே தனித்து அல்லது நிரந்தரமாக இருப்பதில்லை. அப்படி இருப்பதாக அடிக்கடி தவறாகப் புரிந்துகொள்ளப்படுகிறது என்பதே புத்தத்தின் கோட்பாடு.

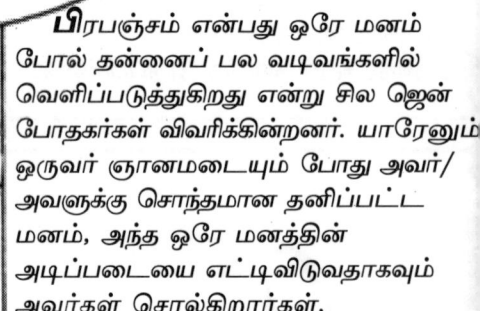

புத்தர்கள் சரியாகத்தான் இருக்கிறார்கள். போகிற போக்கில் வாழ்வை வெறுக்கிறார்களே!

வாழ்க்கைக்கு எதுவும் மதிப்பில்லை என்று சொல்லும் நிகிலிச தத்துவத்தையே புத்தம் சொல்கிறது என்று குற்றம்சாட்டுகிறார்கள். ஆனால், இயல்பான மனித வாழ்க்கை மீதும், இயற்கையின் மீதும் புத்தர்கள் பெரும் மதிப்பும் அங்கீகாரமும் வைத்திருக்கிறார்கள். ஒவ்வொரு பொருளும் புத்த இயல்பைப் பெற்றிருக்கிறது அல்லது இன்னும் சரியாகச் சொன்னால் அது புத்த இயல்பிலேயே இருக்கின்றது என அவர்கள் ஒரே மனத்தின் வெளிப்பாடாக நம்புகிறார்கள்.

இதனால்தான், சீனப் பேரரசர் வூ, 'புனிதமான உண்மை என்பதன் அடிப்படைப் பொருள் என்ன?' என்று முதல் ஜென் மூதாதையான போதிதர்மாவிடம் கேட்டபோது, 'எல்லாமும் வெறுமை; புனிதம் என்று ஒன்றுமில்லை' என்றார் அவர். அதாவது, எல்லாமே புனிதமானவைதாம் என்று மிகச் சாதாரணமாக அவர் சொல்லியிருக்கலாம்.

எல்லாமும் வெறுமை;
புனிதம் என்று ஒன்றுமில்லை!

ஞானம் பெற்ற மனம் வெறுமனே நமது சாதாரண மனம்தான்; நாம் மிகவும் தன்னிச்சையாக, மேன்மையாக இருக்கும்போது, நாம் முழுமுற்றான உண்மைக்கு அருகில் போய்விடுகிறோம். இதையே ஜென் குருக்கள் வலியுறுத்துகின்றனர். பெரும்பாலும் ஜென் எப்போதுமே முழுமுற்றான உண்மையை, நமது அன்றாட சொற்களில் உறுதியான உண்மையை விவரிக்கிறது. எடுத்துக்காட்டாக:

ஒருமுறை டுங்-ஷான் (ஜப்பானின் டோஸான்) குருவைக் காணச் சென்றிருந்தார் ஒரு துறவி. அப்போது சணலை எடைபோடுவதில் மும்முரமாக இருந்தார் குரு. துறவி கேட்டார்,

புத்த இயல்பு என்பது என்ன?

குரு உடனடியாகப் பதிலளித்தார்:

மூன்று கிலோ சணல்.

ஜென் குருக்கள் சாதாரண மனிதனுக்கும் ஞானம் பெற்ற மனிதனுக்கும் இடையேயுள்ள வித்தியாசமாகக் கூறுவதாவது: சாதாரண மனிதனுக்கு அனுபவம் பருப்பொருளாக மட்டுமே இருக்கிறது; ஆனால், ஞானம் பெற்ற மனிதனுக்கு, வாழ்க்கை எப்பொழுதும் வெறுமையும் பருப்பொருளும் கொண்டது என்பது தெரியும்.

போ-சாங் ஹுவை-ஹை
(ஜப்பானிய ஹியாக்ஷோ) எழுதினார்:

நன்மை, தீமை என்று ஒவ்வொன்றையும் வித்தியாசப்படுத்திப் பார்க்கும் திறமையே இங்கே ஞானம் என்று பொருள்கொள்ளப்படுகிறது. த்யான (ஸாஜென்) என்பதன் பொருள், இவை இரண்டுக்கும் வித்தியாசம் இருந்தாலும், நீங்கள் அன்பால் அல்லது வெறுப்பால் முழுமையாகப் பாதிக்கப்படாமல் இருப்பீர்கள்.

பிரபஞ்சத்தில் எல்லா இடத்திலும் சார்பும் முழுமையும் ஒன்று மற்றொன்றுடன் பரஸ்பரம் உட்புகுந்து இருப்பதாகவே ஜென் போதிக்கிறது. அதாவது, நமது உயிர் வாழ்வின் ஒவ்வொரு கணமும், இந்த ஒருமைக்கே சொந்தமானது என்கிறார்கள். ஒன்பதாம் நூற்றாண்டு ஜென் குருவான ஷுவா-ஃபெங் (ஜப்பானிய செப்போ) சொன்னார்:

புத்தர் போதி மரத்தின்கீழ் அமர்ந்து ஞானமடைந்த போது பெரும் வியப்போடு, 'அனைத்து உயிரினங்களும் இயல்பாகவே ஞானம் பெற்று இருக்கின்றன. நமக்குத்தான் தெரிவதில்லை' என்று சொன்னார். நமது சுய குழப்பமே முகத் திரையாக விழுந்து, நம்முள் இயல்பாகவே இருக்கும் ஞானம், நற்குணம் ஆகியவற்றிலிருந்து நம்மை விலக்கி வைத்திருக்கிறது என்று புத்தர் போதித்தார் என்று சொல்லப்படுகிறது.

இதை 20ஆம் நூற்றாண்டு ஜென் குரு யாஸுடானி ரோஷி இப்படிச் சொல்கிறார்:

தன்னெதிரே தோன்றும் ஒவ்வொன்றையும் பிரதிபலிக்கும் நிலைக்கண்ணாடியுடன் உங்கள் மனத்தை ஒப்பிட முடியும். சிந்திக்க, உணர, உறுதியாகச் செயலாற்ற நீங்கள் தொடங்கும் நேரத்திலிருந்தே உங்கள் மனத்தின் மீது நிழல்கள் படியத் தொடங்குகின்றன. தன் மீது விழும் நிழல்களைப் பிரதிபலிக்கும்

மனம் அவற்றை உருமாற்றுகிறது. இந்த நிலைமையை நாம் போலியான நம்பிக்கை என்று அழைக்கிறோம். இதுவே மனிதர்களின் அடிப்படையான நோய்நிலை.

இருமை உணர்வை ஏற்படுத்தி, அதைத் தொடர்ந்து 'நான்' 'நான் இல்லை' என்பதை நீங்கள் உண்மையென ஏற்கும்படி ஒரு நிலையை உருவாக்குவதுதான் இந்த நோய்நிலையின் மிகவும் ஆபத்தான விளைவு. எல்லாமே ஒன்றுதான் என்பதே உண்மை. நிச்சயமாக இந்த ஒன்று என்பது எண்ணிக்கையைக் குறிக்கும் ஒன்றல்ல. உலகத்தில் உள்ளவை எல்லாம் தனித் தனியாக இருக்கிறது என, தவறாக ஒருவர் பார்ப்பதால், அதனுடன் மோதல் ஏற்படுகிறது. இதுதான் பகையுணர்வையும் பேராசையையும் தவிர்க்க முடியாத துன்பங்களையும் தோற்றுவிக்கிறது.

ஸாஜெனின் (தியானத்தின்) நோக்கம், இத்தகைய நிழல்களின் அழுக்கை மனத்திலிருந்து துடைத்தழிப்பதுதான். அப்போதுதான், வாழ்வில் உள்ள எல்லாவற்றுடனும் நமக்குள்ள ஐக்கியத்தை நாம் நெருக்கமாக அனுபவிக்க முடியும். அதன்பிறகு அன்பும் இரக்க சிந்தையும் இயல்பாகவும் திடீரெனவும் பெருகத் தொடங்கிவிடும்.

நமது உண்மையான சூழ்நிலைகளின் மீதே, நாம் நமது சொந்தக் கற்பனைகளை முன்னிறுத்துவதாக புத்தம் போதிக்கிறது. ஞானம் அடைந்த பிறகு மட்டுமே நமக்கு உண்மையான சூழ்நிலைகள் தெளிவாகும். அதுவரை, வாழ்வை ஒரு கனவாக, நமது கற்பனையின் மாய வித்தைகளாகக் கருதலாம். இதிலிருந்து, ஒரு நாள் நாம் விழித்தெழுவோம் என நம்புவோம்.

யதார்த்தத்தின் (ரியாலிடி) மனிதத் திரிபுகள், மூன்று முக்கியமான பழக்கங்களால் தோன்றுவதாகப் புத்தர்கள் சொல்கிறார்கள்:

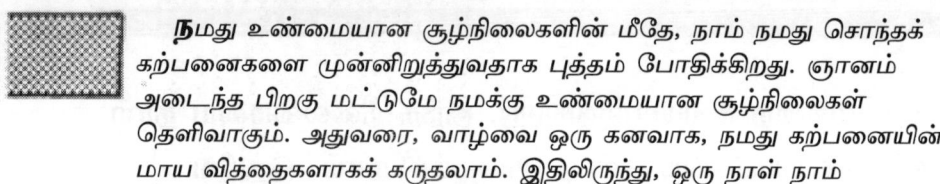

பேராசை

கோபம்

அறியாமை

மறுப்பதால் அல்லது எரிச்சல் அடையும் சூழலில் கையாள்வதால், நமது அனுபவத்தின் முழுமையும் பாழாகிவிடுகிறது. தற்கால ஜென் குரு ஜோஷு சஷாகி ரோஷி சொன்னதைப்போல், 'அர்த்தத்தை நிறைவு செய்வதுதான் ஜென்.' நம் அனுபவத்தின் முழுமை, இந்த அர்த்தம், கருத்துரீதியான விளக்கத்துக்கும் அப்பால் இருக்கிறது.

'அர்த்தத்தை நிறைவு செய்வதுதான் ஜென்'

காரணகாரியம் (காரணம், விளைவு) எனும் இயற்கை விதிக்கேற்ப நமது வாழ்வு இயங்குவதாகப் புத்தர்கள் நம்புகின்றனர். இதையே கர்ம விதி என்கிறார்கள். இன்றைய நம் சூழ்நிலைக்கு, நமது கடந்த காலச் செயல்களும், ஏன் சிந்தனைகளுமே காரணம் என்பது இதன் பொருள். நதி இயல்பாகப் பாய்வதைப்போல், பருவங்கள் இயல்பாக மாறுவதைப்போல், வாழ்க்கை என்பதும் தன்னிச்சையாகப் பாய்ந்து கொண்டிருந்த போதிலும், நிகழ்காலத்தில் நாம் எந்தச் செயலைத் தேர்ந்தெடுத்துச் செய்கிறோம் என்பதே நமது எதிர்காலத்தை எப்போதும் வடிவமைக்கிறது. நமது பேராசை, கோபம், அறியாமை ஆகியவற்றை எவ்வளவுக்கு எவ்வளவு ஊடுருவிப் பார்க்கிறோமோ, அவ்வளவுக்கு அவ்வளவு நமது சூழ்நிலைகள் மிகவும் திருப்தியாக அமைகின்றன.

சொர்க்கமும் நரகமும்

ஹகுயின் குருவே, உண்மையில் சொர்க்கமும் நரகமும் இருக்கிறதா?

யார் நீ?

நான் ஒரு சாமுராய் (போர்வீரன்)

நீயா... சாமுராய்?!! பார்ப்பதற்கு ஒரு பிச்சைக்காரரைப் போல இருக்கிறாய்!

ஓஹோ, உன்னிடம் வாளும் இருக்கிறதா... என் தலையை வெட்டுமளவுக்கு அது கூர்மையாக இருப்பதாகத் தெரியவில்லையே...
இதோ, இங்கேதான் நரகத்துக்கான வாசல் திறக்கிறது.
இங்கே சொர்க்கத்தின் வாசல்கள் திறக்கின்றன.

ஜென் மிகவும் நடைமுறை சார்ந்தது.
அது ஒரு தத்துவமல்ல – உண்மையில், அரூபமான
புரிந்துணர்விலிருந்து நமது கவனத்தைத் திசை மாற்றி,
முற்றான அனுபவத்தை முழு மனதோடு நமக்கு
அளிப்பதே அதன் நோக்கம். புலனுணர்வு, உணர்வெழுச்சி,
தூண்டுணர்ச்சி, காரணம் ஆகியவற்றின் ஒவ்வொரு
நிலையையும் ஒரே சமயத்தில் நாம் அனுபவிப்பதை
இது உள்ளடக்கியிருக்கிறது.

ஜென் பற்றிய
மரபுரீதியான விவரிப்பு
போதிதர்மாவுக்கு உரிய
இயல்புத் தன்மையாகக்
கருதப்படுகிறது. அதாவது:

ஞான நூல்களைத் தாண்டி
ஒரு சிறப்பு வெளிப்பாடு இருக்கிறது.
வார்த்தைகளை, எழுத்துக்களைச்
சார்ந்திராமல் யதார்த்த மனிதனுக்கு,
நேரடியாகச் சுட்டிக்காட்டி ஒருவரது
(சுய)இயல்புக்குள் பார்க்க வைத்து
புத்த நிலையை அடைவது.

தம் மாணவர்களை அறிவுரீதியான பகுப்பாய்வு என்ற பொறியிலிருந்து விடுவித்து, அவர்களின் உண்மையான வாழ்வனுபத்தை ஆழப்படுத்தவே ஜென் குருக்கள் எப்போதும் முயல்கிறார்கள். அதை வலியுறுத்தும் ஒரு கதை:

ஒரு நாள், பயணத்திலிருந்த நான்கு துறவிகள் குரு ஹோகெனைச் சந்திக்க வந்தனர். தாங்கள் குளிர்காய முற்றத்தில் தீ மூட்டிக்கொள்ளலாமா என அவர்கள் குருவிடம் கேட்டனர். தீ மூட்டிக் கொண்டிருக்கும்போது அந்த நால்வரும், அகம் புறம் பற்றி விவாதித்துக்கொண்டிருந்ததை ஹோகென் கேட்டார். அவரும் அதில் கலந்துகொண்டு கேட்டார்:

இங்கே ஒரு பெரிய கல் இருக்கிறது. அது எங்கிருப்பதாகக் கருதுகிறீர்கள்... உங்கள் மனதுக்குள்ளா அல்லது வெளியிலா?

நால்வரில் ஒரு துறவி பதிலளித்தார்:

புத்தத்தின் பார்வையில், அனைத்தும் மனத்தின் புறவயப்படுத்தலாகவே இருக்கிறது. ஆகவே, அந்தக் கல் என் மனத்துக்குள் இருக்கிறது என்றே சொல்வேன்.

இதைப்போல ஒரு கல்லை நீ சுமந்துகொண்டு திரிந்தால், கட்டாயம் உன் மனம் ரொம்பவும் பாரமாக உணரும்!

... ஹோகென் உணர்த்தினார்.

இந்தக் கதை, நீங்கள் ஞானமடையும்போது மனத்துக்கு உள்புறம் அல்லது வெளிப்புறம் என ஏதுமில்லை என்பதை நீங்கள் உணர்ந்துகொள்வீர்கள் என்பதையும்கூட காட்டுகிறது.

ஜென் பயிற்சி

ஜென் பயிற்சியின் இலக்குகள் மூன்று என்கிறார்கள் ஜென் குருக்கள். அவை: *ஜோரிகி, கென்ஷோ, அன்றாட வாழ்வில் ஞானத்துடன் வாழ்தல்.*

ஜோரிகி

மனத்தை நடுநிலையாகவும், ஒருமுகப்படுத்தியும் வைப்பது ஜோரிகி. ஏராளமாக ஜோரிகி நிறைந்துள்ளவர் திறன்மிக்க மிகப்பெரிய ஆற்றலை உணரவும் அவ்வாற்றலைப் போலவும் இருக்கிறார். இயல்புத் தன்மையும் சுயக் கட்டுப்பாடும் ஜோரிகியிலிருந்து கிடைக்கின்றன. இதன் மூலம் சிலர் நோய்களைக் குணமாக்குவது அல்லது புலன்களைத் தாண்டி மனத்தைப் படிக்கும் திறமையை வளர்த்துக் கொள்கின்றனர். ஜென் பயிற்சியின் தவிர்க்க முடியாத அடிப்படையாக ஜோரிகி கருதப்படுகிறது. ஆனாலும், தன்னளவில் ஞான நிலையிலிருந்து வெகுதொலைவில் அது இருக்கிறது.

கென்ஷோ

இப்படியும் அழைக்கப்படும்:

சட்டோரி

இத்தகைய அகப்பார்வையை அடைய படிப்படியாக தயாரிப்புகளைச் செய்ய வேண்டும் என்றாலும்கூட, சட்டென்றும் திடீரென்றும் வெளிப்படுவதே நிஜமான சட்டோரி அனுபவம் எனப்படுகிறது. மேலும், மாணவரின் முதிர்வைப் பொறுத்து இதன் தெளிவின் ஆழம் வித்தியாசப்படுகிறது. சட்டோரியை விவரிக்க முடியாது; எது சட்டோரி இல்லை என்று சொல்வது வேண்டுமானால் கொஞ்சம் எளிது. மனத்தை வசியம் அல்லது உறக்கநிலை போன்ற ஆதிக்கத்தின் மூலம் வலுக்கட்டாயமாக வைத்திருப்பது அல்லது மெய்மறந்த நிலையில் இருப்பது அல்ல சட்டோரி. அது அதியற்புத விழிப்புணர்ச்சி. கருத்தே இல்லாமல் ஒளிமயமான ஒரு கருத்து உங்களிடம் இருந்தால் எப்படி இருக்குமோ அதைப்போன்றதுதான் சட்டோரி.

சட்டோரி அறிவின் உற்பத்திப் பொருள் அல்ல. உடல்-உணர்வு-மனம் என்ற முழு உயிர்ப்பொருள்களின் மெய்யறிவை அது உள்ளடக்கியிருக்கிறது. அந்த மெய்யறிவு எப்போதும் அங்கேதான் இருக்கிறது. நமது நேரடியான அகப்பார்வையை மறைத்துத் தொங்கும் எப்படிப்பட்ட பொய்யான தோற்றங்களின் திரைகளும் சட்டோரியில் திடீரென விலகிவிடுகின்றன.
ஹூய்-நெங் சொன்னார்: 'இயற்கையின் மூலத்திலேயே மெய்யறிவு இருக்கிறது. இந்தக் காரணத்தாலேயே அதில் சுய அறிவும் இருக்கிறது. இயற்கை தனக்குள்ளேயே தன்னைப் பிரதிபலிக்கிறது. அந்தச் சுய சுடரொளியை வார்த்தைகளில் வெளிப்படுத்துவது இயலாது.'

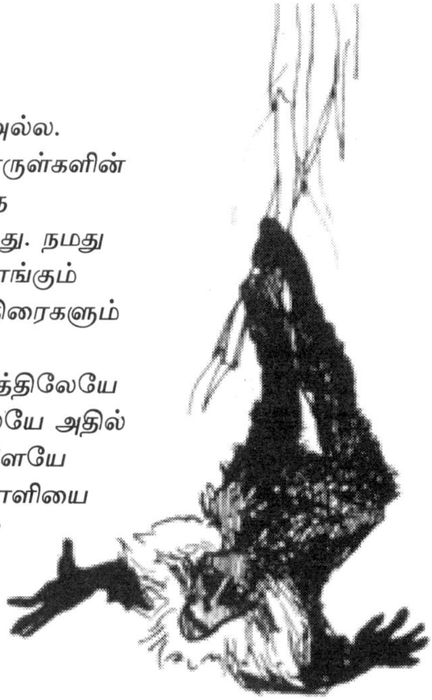

பொதுவாக, பல ஆண்டுப் பயிற்சிக்குப் பிறகே, பல்வேறுபட்ட வழிகளில் சட்டோரியை உணரும் கணம் வாய்க்கிறது. அந்த வழிகள்: தியானம் செய்துகொண்டிருக்கும் போது அல்லது அன்றாட வாழ்வில் உயிர்ப்புடன்கூடிய ஏதேனும் காட்சி அல்லது சப்தம் அல்லது ஒரு ஜென் குருவிடம் உரையாடும் போது. எடுத்துக்காட்டாக, புகழ்பெற்ற குட்டிக் கதையில்:

ஒரு சீடர் குருவிடம், 'கண்ணாடிக் குடுவைக்குள் நான் ஒரு வாத்தை வளர்ப்பதாக உணர்கிறேன். இப்போது அந்த வாத்து மிகவும் பெரிதாகிவிட்டது. குடுவையை உடைக்காமலோ, வாத்துக்குக் கெடுதி நேராமலோ அதை வெளியே என்னால் கொண்டுவர முடியாது' என்றார். உடனே குரு சீடரிடம், 'ஐயனே, அது வெளியே வந்துவிட்டது!' என்றார். இதைக் கேட்டதுமே சீடர் உடனடியாக மெய்மைநிலைக்கு விழிப்பு அடைந்தார்.

அன்றாட வாழ்வே ஜென் வாழ்வு

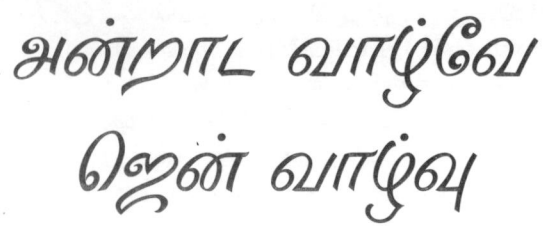

இந்த மூன்று இலக்குகளும் உண்மையில் ஒரே இலக்கின் மூன்று அம்சங்கள்தான் – திறன்களைக் குவித்தல், அகப்பார்வையை விழிக்க வைத்தல், நம் அன்றாட வாழ்வு முழுதுமே மாற்றம் பெறுதல் என எல்லாமே ஜென் பயிற்சியின் விளைவால் ஒருசேர நிகழ்கின்றன.

ஸாஜென்

பெரும்பாலும் ஜென்னைக் கடைப்பிடிக்கும் அனைவருமே, ஸாஜென் என்று சொல்லப்படும் தியானமே தங்கள் பயிற்சியின் மிக முக்கிய அங்கமாக இருக்கிறது என்பதை ஒப்புக்கொள்வார்கள். பொதுவாக சிறிய பஞ்சணையில், முதுகை நிமிர்த்தி கால்களை மடக்கி அமர்ந்தே ஸாஜென் செய்யப்படுகிறது. வலக்கையைத் தொப்புளுக்குக் கீழே இரண்டு அங்குலம் தாழ்த்தி, உள்ளங்கை மேல்நோக்கி இருக்கும்படியும், அதன் மீது இடது கையை உள்ளங்கை மேல்நோக்கி இருக்கும்படி வைத்தும், இரு கைகளின் கட்டை விரல்களும் ஒன்றையொன்று தொடும்படியும் அமர்ந்து தியானத்தில் ஈடுபட வேண்டும். இளைப்பாறும் பாவனையில் கண்களைப் பாதி மூடி உள்நோக்கோ வெளிநோக்கோ இல்லாமல், கவனத்தை ஒருமுகப்படுத்த வேண்டும்.

கவனம் அனைத்தும் தொப்புளுக்குக் (ஹரா என்று அழைக்கப்படும்) கொஞ்சம் கீழே ஊன்றி நிற்கட்டும். இது, உடலைத் தளரச் செய்து மனத்தை நிதானப்படுத்தி, பழக்கத்தினால் நமது எண்ணவோட்டங்களை நிறுத்துவதற்கு எளிதாக்குகிறது (இந்தியாவில், மனம் என்பது ஒரு பைத்தியக்கார குரங்கு போன்றது என்கிறார்கள்).

ஓர் எஃகு மலையைப்போல் அல்லது மாபெரும் தேவதாரு மரத்தைப் போல் நாம் தியானத்தில் மேன்மையான ஆத்ம பலத்துடன் அமர வேண்டும் என்று பழைய ஜென் குருக்கள் சொல்கிறார்கள்.

ஸாஜென் செய்வதற்கான 4 அடிப்படை உத்திகள்

1. மூச்சை எண்ணுதல்

தொடக்கநிலை மாணவருக்குப் பொதுவாக இந்த வகை தியானமே அளிக்கப்படுகிறது. உள்ளிழுக்கும் அல்லது வெளியேற்றும் மூச்சை, ஒன்று முதல் பத்து வரை எண்ண வேண்டும். இப்படிச் செய்யும்போது எண்ணுவதைத் தவிர வேறெந்தச் சிந்தனையும் குறுக்கிட்டால், நீங்கள் எந்த எண்ணை எண்ணிக் கொண்டிருந்தீர்களோ அதை நிறுத்திவிட்டு மீண்டும் ஒன்றிலிருந்து தொடங்க வேண்டும். எடுத்துக்காட்டாக —

உள்ளிழுத்தல், வெளிவிடுதல், ஒன்று
உள்ளிழுத்தல், வெளிவிடுதல், இரண்டு
உள்ளிழுத்தல், வெளிவிடுதல், ஆஹா,
நிஜமாகவே சிந்திப்பதை நிறுத்திவிட்டேன்,
அடச்சே...
உள்ளிழுத்தல், வெளிவிடுதல் ஒன்று என சில சமயத்தில், பல ஆண்டுகள் இப்படியே எண்ண வேண்டும், 'பைத்தியக்கார குரங்கு' ஒடுங்கும்வரை.

சில குருக்கள், 'சிந்தனைகளைப் பொறுத்தவரை அவற்றால் ஒரு பிரச்சினையும் இல்லை' என்கிறார்கள். இந்தச் சிந்தனைகளால் நாம் சலனப்படாமல் அவற்றை வந்து போக அனுமதிப்பது சாத்தியம்தான் என்கிறார்கள். இந்த நிதானமான கவனத்தை, 'பற்றிக்கொள்ளாத மனம்' என்று சொல்கிறார் ஹுய்-நெங். இதன் பொருள், இத்தகைய மனம் ஒருபோதும் எந்த இடத்திலும் தடங்கலுக்கு ஆளாவதில்லை என்பதுதான். ஆகவே, சில நேரங்களில் 1 முதல் 10 வரை தடத்தை இழக்காமல் மூச்சை நீங்கள் முடிந்தவரை எண்ணிக்கொண்டிருந்தால் அடுத்த படிக்கு முன்னேறலாம் என்று கற்றுத்தரப்படுகிறது.

சிந்தனைகள் வருகிறதே
என்று ரொம்பவும்
கோழைத்தனமாக
இருக்கவேண்டாம்!

2. மூச்சைப் பின்தொடர்தல்

இது கொஞ்சம் முன்னேறிய பயிற்சி நிலை. இதில், எண்ணாமலேயே தன் மூச்சைக் கவனித்தபடியே எப்போதும் இருக்க மாணவனுக்கு அறிவுறுத்தப்படுகிறது. ஸாஜெனில், மூச்சு எப்போதும் அதன் இயல்பான தாளத்தைப் பின்தொடர அனுமதிக்கப்படுகிறது. ஆனால், பயிற்சி மேலும் முன்னேறுகையில், மூச்சு தன்னிச்சையாக குறைந்து, ஆழமாகவும் அதிக சமனுடனும் வெளிப்படுகிறது.

இது உடலை லேசாக்கி, மனதுக்குள் தெளிவை ஏற்படுத்தி மிக மகிழ்வான உணர்வை உண்டாக்குகிறது.

அத்துடன் முட்டிகளில் வலி.

3. ஷிகன்-டாஸா

தியான வகைகளிலேயே அதிக சிரமமானதும் அதிக வளர்ச்சியுற்றதும் என்று ஷிகன்-டாஸாவைச் சொல்வதுண்டு. இதில், கவனத்தைச் செலுத்த எந்தப் பொருளும் இன்றி வெறுமனே அமர்ந்திருக்க வேண்டும். சிலசமயங்களில் ஒருவர் இது 360^0 கோணத்தில் விழிப்புணர்வுடன் இருப்பதாக கற்பனை செய்துகொள்ளப் படுகிறது. ஆனால் இந்தக் கற்பனையையும் இறுதியில் விட்டுவிடவேண்டும். வாழ்வா சாவா என்று வாள் சண்டையில் ஈடுபட்டிருப்பவர்களின் எச்சரிக்கையோடு அடிக்கடி ஷிகன்-டாஸா ஒப்பிடப்படுகிறது. இதில் மிக முக்கியமான விஷயம், 'சும்மா அமர்ந்திருக்கிறோம்' என்பதில் நம்பிக்கை வைத்து அமர்ந்திருப்பதுதான். அப்படி அமர்வதே சுய அறிதலின் முழுமையை இயற்கையாகவே விரியத் திறக்கிறது. இதுதான் புத்த நிலை எனப்படுகிறது.

4. கோவான்கள்

ஜென் பயிற்சியில் மிகவும் தனித்தன்மையுடன் இருக்கும் பாணி கோவான்கள். அதாவது, ஏறக்குறைய ஒரே பொருள் தரக்கூடிய இரட்டை. முழுமையின் இருப்பைக் (பரம்பொருளைக்) காண மாணவனை விழிப்படைய வைப்பதுதான் ஜென் ஆசிரியரின் முதன்மையான வேலை.

மாணவர் உண்மையைக் காண தன் கண்களைத் திறக்க உண்மையாகவே தயாராக இருக்கும் கணத்தில், குரு எந்த வார்த்தையையும், சப்தத்தையும் வெளிப்படுத்த அல்லது அவனை விளிம்புக்குத் தள்ளும் வகையில் அடிக்கவும்கூட தயங்கமாட்டார்.

குருக்களுக்கும் மாணவர்களுக்கும் இடையில் நடக்கும் இதுபோன்ற உரையாடல்களின் ஆவணங்களே கோவான்கள். கோவானுக்குத் தரப்படும் அழுத்தம் எப்போதுமே முழுமுற்றான கேள்வியின் மீதுதான் இருக்கிறது. அதை இவ்வாறு கூறலாம்:

'நான் யார்?'
அல்லது
'முழுமை என்றால் என்ன?'

மூன்று இன்றியமையாத தகுதிகள் இருந்தால், அது ஒருவருக்கு கோவானைத் தீர்க்கும் திறனைத் தருகிறது:

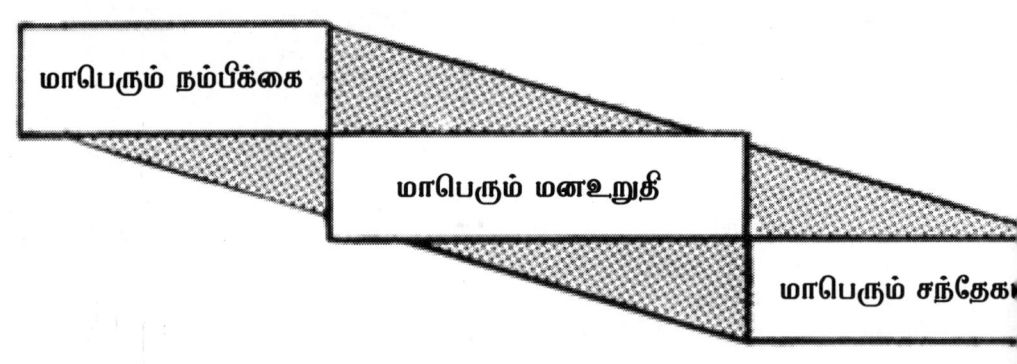

மாபெரும் நம்பிக்கை

மாபெரும் மனஉறுதி

மாபெரும் சந்தேக

ஜென் கோவான்களில் மிகவும் புகழ்பெற்றது ஜோஷுவுடைய 'மு' (மு என்றால் இல்லை என்று பொருள்):

ஒரு துறவி குரு ஜோஷுவிடம் கேட்டார்: '**நாயிடம் புத்த இயல்பு இருக்கிறதா?**'

ஜோஷுவின் பதில்: '**மு!**'

அந்தக் கணமே அந்தத் துறவிக்கு ஞானம் பிறந்தது.

மு பற்றி தியானிப்போருக்கு குரு முமோனுடைய புகழ்பெற்ற அறிவுரை இதோ:

உங்களுடைய முழு உடம்பை ஒரு கெட்டியான சந்தேகக் கட்டியாக 'மு' ஆக்குவதற்கு 360 எலும்புகளையும் மூட்டுகளையும் 84000 வியர்வைத் துளைகளையும் கொண்டு உங்களுடைய முழு சுயத்தை கவனம் செலுத்துங்கள். இரவு பகலாக நிறுத்திவிடாமல் அதைத் தோண்டிக்கொண்டே இருங்கள். ஆனால், அதை 'வெறுமை' அல்லது 'இருத்தல்' அல்லது 'இன்மை' என்றெல்லாம் எடுத்துக் கொள்ளாதீர்கள்.

இது ஒரு பழுக்கக் காய்ச்சிய இரும்புப் பந்தைப்போல; அதை விழுங்கிவிட்டு அதை நீங்கள் வாந்தி எடுப்பதற்கு முயலுவதுபோல இருக்கும், ஆனால் முடியாது.

இன்றுவரை நீங்கள் நெஞ்சார நேசித்த பொய்யான எல்லாச் சிந்தனைகளையும் உணர்வுகளையும் அகற்றிவிட வேண்டும்.

இத்தகைய முயற்சிகளுக்குப் பிறகு, குறிப்பிட்ட காலம் கழிந்து மு உங்கள் நம்பிக்கைகளைத் தீர்த்துவைக்க வரும். அதுவே, உங்களை உள்ளும் புறமும் இயல்பாகவே ஒன்றாக்கிவிடும். அதன்பிறகு, நீங்கள் கனவு கண்டு விழித்தெழுந்த ஓர் ஊமையைப்போல் இருப்பீர்கள். நீங்கள் உங்களைத் தெரிந்துகொள்வீர்கள்; உங்களுக்காக மட்டுமே.

பிறகு திடீரென்று, மு உடைத்துத் திறந்து சொர்க்கத்தையே அசர வைத்துப் பூமியைக் குலுக்கும்.

குரு முமோனே ஆறு ஆண்டுகள் கோவான் பயிற்சியில் ஈடுபட்டதாகச் சொல்லப்படுகிறது. கடைசியில் ஒரு நாள், மடாலயத்தின் முரசொலியைக் கேட்டதும், அவர் மாபெரும் ஞானத்தை உணர்ந்தார்.

கோவான்கள் ஐந்து வகை குழுவாகப் பிரிக்கப்பட்டிருக்கின்றன. இவை ஞானமடைவதில் முன்னேற்ற நிலைகளைச் சித்திரிக்கின்றன.

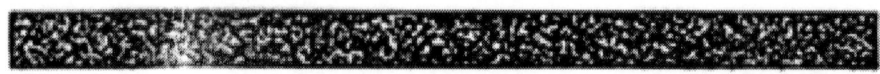

தர்மகாயா அல்லது ஹோஸ்ஷின் கோவான்கள், மாணவருக்கு முழுமுற்றான உண்மைக்குள் முதல் உள்ளொளியைக் கொடுப்பதற்காக உருவாக்கப்பட்டவை.

கிகான் கோவான்கள் உண்மையான மற்றும் உண்மையற்ற அனுபவங்களுக்கிடையே உள்ள வித்தியாசத்தை மேலும் வேறுபடுத்திக் காட்டுபவை.

கோன்சென்

கோவான்கள், ஜென் மூதாதைகளின் வார்த்தைகளை ஊடுருவிப் பார்ப்பவை.

நான்டோ

அல்லது ‘கடந்து செல்ல கடினமான’ கோவான்கள், ஞானம் பெறுவதற்குத் தடையாக இருக்கும் இருமைக் கருத்துகளைக் கரைய வைக்கின்றன.

ஐந்து நிலைகள்

என்பவை கோவான்களின் முறையான பயிற்சியின் உயர்நிலை. இதன் மூலம் ஒருவர் முழுமை மற்றும் சார்பின் தன்னியல்பான ஐக்கியத்தை உணர்ந்துகொள்ளலாம்.

கோவான் செயல்பாட்டின் தொனி, அதன் இயக்கம் ஆகியவை தொடர்பாக, குரு ஹகுயின் எழுதினார்:

...மீனைத் தேடிக் கொண்டிருக்கும் மனிதனைப்போல அது இருக்கிறது. எல்லாவற்றுக்கும் முதலானதாக அதற்கு அவன் தண்ணீரில் பார்க்க வேண்டும். மீன்கள் தண்ணீரின் உற்பத்திப் பொருள்; தண்ணீருக்கு வெளியே மீன்கள் இல்லை.

இதைப்போலவே, புத்தத்தைத் தேட விரும்பும் நீ எல்லாவற்றுக்கும் முதலில் உன் மனதுக்குள் பார்க்க வேண்டும். புத்தம் மனதின் உற்பத்திப் பொருள்; மனதுக்கு வெளியே புத்தம் இல்லை.

அப்போ, இதோ
தண்ணீர்...
எதிர்பாராதது!!

கோவான் பயிற்சி முழுமையடைந்ததும், பத்து நல்லொழுக்க விதிகள் குறித்த தேர்வை மாணவர் எதிர்கொள்ள வேண்டும். முறைப்படி ஜென் பயிற்சி பெற முதன்முதலாக வரும்போது மாணவனோ/மாணவியோ இவற்றைக் கடைப்பிடிப்பதாக உறுதிமொழி தரவேண்டும். இப்போது, ஞானம் பெற்ற கண்ணோட்டத்தில், இந்த விதிகளை ஒருவரின் உண்மையான இயல்பின் தன்னிச்சையான வெளிப்பாடாகப் பார்க்க முடியும்.

10 நல்லொழுக்க விதிகள்:

 வாழ்வை அழிக்காதே

 திருடாதே

 தூய்மையற்ற செயல்களைச் செய்யாதே

 பொய் சொல்லாதே

- போதைப் பொருட்களை எடுத்துக்கொள்ளாதே

- மற்றவர்களின் தவறுகளைப் பேசாதே

- உன்னையே புகழ்ந்தும் பிறரை நிந்திக்கவும் செய்யாதே.

- பேராசைப்படாதே

- கோபத்திற்கு ஆளாகாதே

- மூன்று பொக்கிஷங்களை (புத்தர், அவரது போதனைகள், ஜென் சமூகம்) அவமதிக்காதே

இந்த விதிகளை நோக்கிய ஜென் மனப்பான்மை பற்றி குரு மா-ட்சுவின் சுருக்கமான கருத்துரை இதுதான்: 'புலால் உண்பது, மது அருந்துவது பற்றி என்ன சொல்கிறீர்கள்?' என்ற கேள்வி குருவிடம் கேட்கப்பட்டது. அதற்கு, 'புலால் உண்பதும் மது அருந்துவதும் உனது இயற்கையான பிறப்புரிமை. ஆனால் அவற்றை நீ செய்தால், மாபெரும் ஆசீர்வாதத்துக்கான வாய்ப்பை இழக்க நேரிடும்' என்றார் குரு.

ஜென்டோ

நிச்சயமாக தியானத்தை வீட்டிலேயே கடைப்பிடிக்க முடியும். ஆனால், மடாலயத்தில் அல்லது ஜென்டோவில் (தியான அறை) அமர்ந்து தியானிப்பதையே பெரும்பாலானவர்கள் விரும்புகின்றனர். முறையான ஜென் பயிற்சி மிகவும் முறையாகவே இருக்கும். மாணவருடைய விடாப்பிடியான அகந்தை, இன்ப வாழ்வுக்காகவும் தப்பித்தலுக்காகவும் பழக்கப்பட்ட இச்சைகள் ஆகியவற்றை மட்டுப்படுத்துவதையே அது நோக்கமாகக் கொண்டிருக்கும். அவருடைய மனம், உடல் இவற்றுக்கிடையே ஒத்திசைவை மேம்படுத்தி அவருடைய கவனத்தை ஒருங்கிணைக்க, எல்லா ஜென் சடங்குகளிலும் துல்லியம் தேவைப்படுகிறது. கீழே கொடுக்கப்பட்டிருக்கும் விளக்கம் ஜென் பயிற்சியின் ஒரே ஒரு மாதிரி மட்டுமே; இதையே ஒவ்வொரு ஜென் பள்ளியும் கொஞ்சம் வித்தியாசமாகச் செய்கிறது.

ஜென்டோவுக்குள் நுழையும்போது, மாணவர் தலை வணங்கி, இரு உள்ளங்கைகளையும் குவித்திருக்க வேண்டும். ஜப்பானிய ஜென்னில் இது கஸ்ஸோ எனப்படுகிறது. பிறகு தனது பஞ்சணையை (இருக்கையை) ஒருமுறை குனிந்து வணங்க வேண்டும். முதலில் பஞ்சணையை நோக்கி நீங்கள் வணங்குவது, உங்கள் உண்மையான சுயத்துக்கு நீங்களே தரும் மரியாதையை வெளிப்படுத்துகிறது. ஜென்டோவுக்குள் (பொதுவாக, அதிகாலை 5.30க்கும், மாலையில் ஒருமுறையும் தியானத்தில் அமர வேண்டும்). முதலில் நுழைகையில் நீங்கள் உண்மையான சுயத்தைக் கொண்டவராக இல்லையென்றாலும்கூட வந்ததற்காக இதைச் செய்ய வேண்டும். அதன்பிறகு உங்களுடைய பஞ்சணையிலிருந்து திரும்பி சக மாணவர்களை (இவர்கள் ஜென்னிகள் என்று அன்புடன் அழைக்கப் படுகின்றனர்) நோக்கிக் குனிந்து வணங்க வேண்டும்.

எல்லோரும் அமர்ந்ததும், மூன்றுமுறை மணியோசை ஒலித்ததும் ஸாஜென் பயிற்சி தொடங்குகிறது. அசைந்து கொள்வதற்கு அல்லது இருமுவதற்கு ஒவ்வொரு மாணவருக்கும் இந்த மூன்று மணியோசை கடைசி சந்தர்ப்பம் தருகிறது. ஏனென்றால், ஜென் தியானத்துக்கு முழுமையான அமைதியும் சலனமற்றும் இருக்க வேண்டும். பொதுவாக ஜென்டோவுக்கு முன்னால் ஒரு கண்காணிப்பாளர் இருப்பார். மாணவர்களில் யாரேனும் அசைந்தால் உரக்கக் கத்துவதுதான் இவருடைய வேலை.

அமைதி!

கின்ஹின்

இரண்டு அமர்தல்களுக்கு இடையில் (ஒவ்வொன்றும் ஏறத்தாழ 40 நிமிடங்கள்), நடந்தபடியே தியானம் செய்யப்படும். இது கின்ஹின் என்று சொல்லப்படுகிறது. எந்தவகையான பயிற்சியைச் செய்துகாண்டிருக்கிறார்களோ அதிலிருந்து கவனம் சிதறாமல், மாணவர்கள் வரிசையாக ஜென்டோவைச் சுற்றி வரவேண்டும். இரு உள்ளங்கைகளும் இணைத்து தொப்புளுக்கு (ஹரா) கீழ் கோத்த நிலையில், தங்கள் மு இருக்கும் தரையை உற்று நோக்கியபடி வரவேண்டும். 'பாதங்களைக் கதகதப்பாகவு தலையைக் குளுமையாகவும் வைத்திருக்க' கின்ஹின் நல்லதொரு பயிற்சி நேரம் என்கிறார்கள் ஜென் குருக்

ரோஷி

தியானத்தில் அமர்ந்திருக்கும்போது நேர்காணலுக்காக மாணவர்கள் குருவிடம் செல்லலாம் (இவர் ரோஷி என்று அழைக்கப்படுவார்). ஜென்னில் குரு-சிஷ்ய உறவு மிகவும் முக்கியத்துவம் வாய்ந்ததாகக் கருதப்படுகிறது. நேர்காணல் அறைக்குள் நுழையும்போது, மாணவர் கதவைக் குனிந்து வணங்க வேண்டும். பிறகு ஆசிரியரை வணங்க வேண்டும். அதன் பின்னர் குருவை நேருக்கு நேர் பார்த்தபடி அமர வேண்டும். அந்தக் கணத்தில் மாணருக்குப் புரிந்துணர்வு வர எது தேவையோ அதைப் பொறுத்து முற்றிலும் அவரை மனரீதியாகப் பரிசோதிப்பதற்கு குரு உற்சாகப்படுத்துவார், திட்டுவார், அறிவுரை கூறுவார், உதாசீனம் செய்வார் அல்லது ஒரு பிரம்பால் அடிப்பதற்குக்கூட சாத்தியமுண்டு. உங்களிடம் சட்டோரி இருந்தால், அல்லது இருப்பதாக நீங்கள் நினைத்தால், உங்களுடைய அந்த அனுபவம் குருவால் மதிப்பீடு செய்யப்படும். நீங்கள் அறைக்குள் நுழைந்த அந்த நொடியிலேயே அது குருவுக்குத் தெரிந்துவிடும். அவர் உங்களிடம் 'பரீட்ச்சார்த்த கேள்வி'களைக் கேட்பார்; அவை உங்கள் புரிதலின் ஆழத்தை வெளிப்படுத்தும்.

> எந்த ஞானத்துக்கும் அது அசலானதா என்பதைப் பரிந்துரைக்க, அங்கீகரிக்க, பாராட்டப்பட வேண்டிய தேவை இருப்பின், அந்த ஞானம் பொய்யான அல்லது குறைந்தபட்சம் முழுமையற்ற ஒன்றாகவே இருக்கிறது.
> – ஆர்.ஹெச்.பிளித்

கியோஸாக்கூ

பெரும்பாலான ஜென்டோக்களில் தியானப் பயிற்சியில் அமர்ந்திருக்கும் போது, கண்காணிப்பாளர் அல்லது ஆசிரியர் கையில் ஒரு பிரம்புடன் அறையைச் சுற்றி வருவார். அந்தப் பிரம்பின் பெயர் கியோஸாக்கூ. சில மடாலயங்களில் கண்காணிப்பாளர், அமர்ந்திருக்கும் மாணவன் அல்லது மாணவியின் பின்புறமாக வந்து எந்தவித முன்னறிவிப்பும் இன்றி பிரம்பால் அடித்து வியப்பு, இல்லாவிடில் அதிர்ச்சி ஏற்படுத்துவார். வேறு சில இடங்களில், மாணவர்கள் கஸ்ஸோ முறைப்படி உள்ளங்கைகளை ஒன்றாக வைத்துக் குனிந்து வணங்கி தன்னை அடிக்கச் சொல்லிக் கேட்பர். கண்காணிப்பாளரும் குனிந்து வணங்கியபின் மிகவும் விரைவாக, ஒவ்வொரு மாணவரின் தோள்களையும் இலக்குவைத்து கவனமாக அடிப்பார். பிறகு அடித்தவரும், அடிவாங்கியவரும் மீண்டும் குனிந்து வணங்கிக்கொள்வார்கள். திரைப்படத்தில் மிஃப்யூன் தன் பின்பக்கத்தில் ஏகப்பட்ட அம்புகள் பாய்ந்திருக்க சாலையில் அமைதியாக நடப்பதை இவர்கள் பார்த்திருந்தால், இருவருக்கும் உதவியாக இருக்கும் போலும்! அடிக்கச் சொல்லி ஒருவர் ஏன் கேட்க வேண்டும்? கியோஸாக்கூ பலவழிகளில் தியானப் பயிற்சிக்கு உண்மையாகவே உதவுகிறது. அசைவற்று நீண்டநேரம் அமர்ந்திருப்பதால், மரத்துப்போன தோள்களுக்குள் இரத்த ஓட்டம் கிடைக்கச் செய்து இந்த அடி இளைப்பாறுதலைத் தருகிறது. தூக்கக் கிறக்கத்துக்கும் இது அற்புதமான சிகிச்சை. பகல் கனவில் மூழ்கித் திளைக்கும்போது அதைப் பிரம்பால் அடித்து விரட்டுவதற்கு இணை ஏதுமில்லை. தங்கள் எதிர்ப்புச் சக்தியின் கடைசித் துணுக்கின் மீது கியோஸாக்கூ ஊடுருவிப் பாயும்போது சிலர் சட்டோரி நிலையை அனுபவித்திருக்கிறார்கள். இரக்கம், திறன், ஞானம் ஆகியவற்றின் கலவையாக கியோஸாக்கூவைப் பயன்படுத்தினால், அதன் பலன் திறனுள்ளதாக இருக்கும் என்று சொல்லப்படுகிறது. இருந்தாலும், இன்னொன்றும் சொல்லப்படுகிறது: ஜப்பானில் உள்ள சில மடாலயங்களில் கண்காணிப்பாளர் சீடரின் தோளை அடிக்கும்போது, அந்தக் கியோஸாக்கூ உடைந்துவிட்டால், அவருக்கு (அந்தக் கண்காணிப்பாளர்!) சக்கே என்ற மதுபானம் கொடுத்துக் கௌரவிக்கப்படுகிறது.

மந்திரம் ஓதுதல்

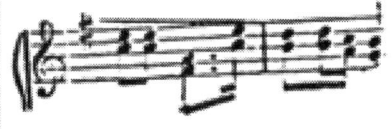

இரண்டு வேளை தியான அமர்வு முடிந்ததும், நான்கு உறுதிமொழிகளைத் திரும்பத் திரும்ப இசை நயத்துடன் சொல்ல வேண்டும்:

> உணர்வுள்ள உயிரினங்கள் எண்ணற்றவை; அவற்றைப் பாதுகாக்க உறுதி கூறுகிறேன்.
>
> பேராசைகள் தீரக்கூடியவை அல்ல; அவற்றை முடிவுக்குக் கொண்டுவர உறுதி கூறுகிறேன்.
>
> தர்மம் என்ற உண்மைகள் எல்லையற்றவை; அவற்றை ஆழ்ந்தறிய உறுதி கூறுகிறேன்.
>
> புத்த மார்க்கம் ஒப்புயர்வற்றது; அதை நிலையாக அடைய உறுதி கூறுகிறேன்.

மஹாயானா

மாபெரும் வாகனம்

உன்னை நீயே காத்துக்கொள்வதற்கு முன்பே, உணர்வுள்ள மற்ற உயிரினங்களைக் காப்பதாக எடுத்துக்கொள்ளும் உறுதிமொழி, மஹாயானா (மாபெரும் வாகனம்) புத்தத்தை ஹீனயானா (சிறிய வாகனம்) புத்தத்திலிருந்து வேறுபடுத்துகிறது. மஹாயானத்திலிருந்து வந்ததுதான் ஜென். அனைத்து உயிர்களின் மீதும் இரக்கம் காட்டுவதை ஞானத்திலிருந்தும், பிரபஞ்சத்தின் அடிப்படையே ஒருமைதான் என்ற அனுபவத்திலிருந்தும் பிரித்துப் பார்க்க முடியாது என்று கருதப்படுகிறது.

மாக்யோ

பயிற்சியின் ஒருகட்டத்தில் சிலருக்கு மாயத் தோற்றங்கள் அல்லது மனப்பிரமைகள் வரத் தொடங்கும். ஜென்னில் இது மதிப்புக்குரிய விஷயமாகக் கருதப்படுவதில்லை. இந்தக் காட்சிகள் வருவதற்குப் பெயர்தான் மாக்யோ. தீவிரமான தியானத்தால் குழப்பமடையும் உள்மனதின் விளைவுதான் இது. இந்த மாயத் தோற்றங்களை அறிந்துகொண்டு அதை உதாசீனப்படுத்த வேண்டும் என்றே சீடர்களுக்கு அறிவுறுத்தப்படுகிறது. இன்னும் ஆழமாகச் சொன்னால், முழுமுற்றான உண்மையை நாம் காண்பதிலிருந்து நம்மைத் தடுக்கும் எந்தக் கருத்துகளும் அல்லது தோற்றங்களும் மாக்யோ எனப்படுகிறது.

முரசுகளும் மணிகளும்

மாலை நேர அமர்வு முடிந்ததும் தொடர்ச்சியாக முரசுகளும் மணிகளும் ஒலிக்கப்படும். அவற்றினிடையே, இந்த ஊக்கமளிக்கும் தகவல் கண்காணிப்பாளரால் உரக்க ஓதப்படும்:

கௌரவத்துடன் உங்களுக்கு
நினைவூட்ட என்னை அனுமதியுங்கள்.
வாழ்க்கையும் மரணமும் மேலான
முக்கியத்துவம் கொண்டவை.
காலம் விரைவாகச் செல்கிறது
சந்தர்ப்பமோ தொலைந்து போகிறது.
நாம் ஒவ்வொருவரும் விழித்தெழுவதற்கு
கடுமையாக முயல வேண்டும்.
விழிப்படையுங்கள், கவனம் செலுத்துங்கள்,
உங்கள் வாழ்வை விரயம் செய்யாதீர்கள்.

வேலை

வேலை, பொதுவாக உடலுழைப்பு மரபுவழியாகவே ஜென் பயிற்சியில் ஒரு முக்கிய அம்சமாகக் கடைப்பிடிக்கப்பட்டு ருகிறது. மடாலயவாசிகள் தங்களின் ஒரு நாள் செயல்பாட்டின் ஓர் அங்கமாகக் கட்டடத்தைத் தூய்மை செய்வது, நிலத்தைப் பண்படுத்துவது, விழாக்களின்போது குவியும் எண்ணற்றப் பாத்திரங்களைத் துலக்குவது போன்ற வேலைகளைச் செய்ய வேண்டும் (பொதுவாக சமையல் என்பது பயிற்சியில் முன்னேற்றம் கண்டிருக்கும் சிலராலேயே செய்யப்படுகிறது. மேலும், 'சமையல்காரர்' என்பது மிகவும் மரியாதைக்குரிய பதவி). சீனத்தில் ஜென் தோன்றியபோதே கடுமையான _லுழைப்பின் பாரம்பரியமும் தொடங்கியிருக்கலாம். மடாலய வாழ்வுக்கு வரும் ஒருவர் வரி கட்டுவதில்லை. ஆகையால், இப்படிப்பட்டவர்கள் கடுமையான வேலைகளைச் செய்து ற்காத்துக்கொள்ள வரியிலிருந்து தப்புகிறார்கள். ஆனால் அந்த டலுழைப்பே, அறிவின் அதிவேகப் பாய்ச்சலை மட்டுப்படுத்தி, பணிவையும் துன்பத்தைத் தாங்கும் திடம் போன்றவற்றையும் பெற அற்புதமான வழியாக இருந்தது; இருக்கிறது.

ஜென் பாடத் திட்டத்தில் 'உடலுழைப்புப் பயிற்சி'யை ஏற்படுத்திய பெருமை எட்டாம் நூற்றாண்டு ஜென் குருவான போ-சாங் ஹுவை-ஹை என்பவரையே சாரும். 'வேலையற்ற ஒரு நாள், உணவற்ற ஒரு நாள்' எனும் சொற்றொடரை அவர்தான் முன்மொழிந்தார். இன்று போ-சாங் குருவை, வேலைக்கு அடிமையானவர் என்றுதான் சொல்ல வேண்டும். அவர் மிகவும் முதுமையுற்றபோது கடுமையாக வேலை செய்தே, தன் உடல்நலனைக் கெடுத்துக் கொள்வார் எனக் கவலைப்பட்ட அவரது சீடர்கள், குருவின் தோட்ட வேலைக் கருவிகளை ஒளித்து வைத்துவிட்டனர். எந்தப் பிரச்சினையும் இல்லை, முதிய துறவி தன் கருவிகள் திரும்பக் கிடைக்கும்வரை சாப்பிடுவதை நிறுத்திவிட்டார்.

செஸ்ஷின்

ஒவ்வொரு மாதத்திலும் ஒரு வாரம் மிகத் தீவிரமான பயிற்சி கடைப்பிடிக்கப்படுவதே செஸ்ஷின் என்று சொல்லப்படுகிறது. ஒரே நாளில் ஒன்பது அல்லது பத்து மணி நேரம்கூட தியானம் (ஸாஜென்) நடக்கும். ஜென்டோவுக்குள்ளேயே உணவுகள் முறையாக எடுத்துக்கொள்ளப்படும். மாணவர்கள் பேசுவதற்கோ, சுற்றித் திரிந்து ஒருவரையொருவர் பார்ப்பதற்கோ அனுமதியில்லை. படிப்பது, எழுதுவது போன்ற அறிவுசார்ந்த வேலைகளுக்கும் அப்போது தடைவிதிக்கப்படும். செஸ்ஷின் நடக்கும்போது ஒவ்வொரு நாளும் ரோஷி உரையாற்றுவார். அதில் சில கோவான்கள் அல்லது ஜென் பயிற்சியின் பிற அம்சங்கள் குறித்து விவாதம் நடக்கிறது.

அறிவுபூர்வமற்ற அடுத்த விவாதம் பரிசீலிக்கப்படும்...

சீனாவிலும் ஜப்பானிலும் உள்ள சில மடாலயங்களில், இரவிலும்கூட தியான அமர்வு தொடரும். அப்போது துறவிகளுக்குக் 'கீழ்த்தாடை அணைவு' வழங்கப்படுகிறது. இது தூங்குவதற்கான மிகவும் புத்துணர்ச்சி அளிக்கும் வழியாக – குறிப்பாகக் கீழ்தாடைக்கு – இருக்கிறது.

ஜுககய்

ஜென் புத்த மார்க்கத்தை ஒருவர் தழுவும்போது நிகழும் அதிகாரப்பூர்வ விழாவே ஜுககய். அப்போது அந்த மாணவருக்கு வழக்கமாக குருவால் ஒரு தர்மத்தின் பெயர் சூட்டப்படுகிறது. அதோடு, 'ரக்சு' எனப்படும் கழுத்தைச் சுற்றிக் கீழே தொங்கும் ஒரு நீள்சதுர ஆடை கொடுக்கப்படுகிறது. சில பள்ளிகளில் தங்களுக்கான ரக்சுவை மாணவர்களே தைத்துக்கொள்கிறார்கள். ஒவ்வொரு தையலின் போதும் 'நாமு தா புத்ஷு' (மாபெரும் புத்தருடன் நானும் ஒன்று) என்னும் மந்திரத்தை உச்சரிக்க வேண்டும். நல்லொழுக்க விதிகளைப் கடைப்பிடிக்கவும், மூன்று பொக்கிஷங்களில் தாமும் ஒருவர் என்றும் புதிய ஜென் புத்தர்கள் உறுதியேற்க வேண்டும். பிக்கு அல்லது பிக்குனி ஆவதற்கு வேறு பல விழாக்களும் உண்டு. அவர்கள் அந்த நிலைக்கு வந்துவிட்டால், அதன் மூலம் ரோஷியாவதற்கும் அதிகாரம் பெற்று புத்த தர்மத்தைக் கற்பிக்கலாம்.

மதம்??

மதத்துக்கு அப்பாற்பட்டு மாணவர்களை வளர்த்தெடுக்கும் ஒரே மதமாக ஜென் மட்டுமே இருக்கக்கூடும். இருந்தாலும், ஜென் பயிற்சி ஏகப்பட்ட அர்ப்பணிப்பை, பெரும் மதிப்பை, ஒழுக்கத்தைக் கோருகிறது. ஒரு மாணவர் ஞானமடைந்து விட்டால், அந்த ஞானம் அவரது குருவால் அங்கீகரிக்கப்படும். அந்த மாணவன் அல்லது மாணவி விதிகள் மற்றும் சடங்குகளின் வெளி வடிவங்களுக்குள் 'ஊடுருவிப் பார்க்கும்' திறனுடையவராக இருக்கிறாரா என குரு எதிர்பார்ப்பார். இப்படி ஞானம் பெற்ற ஒருவர் மடாலயத்திலேயே இருப்பாரா அல்லது தனித்துச் சென்றுவிடுவாரா என்பதில் விஷயமே இல்லை; எவ்வளவுக்கு எவ்வளவு அவர் எல்லா வகையான உருவங்களிடமிருந்தும், ஏன் புத்தரின் உருவங்களிடமிருந்தும்கூட உறவைத் துண்டித்துக் கொள்கிறார் என்பதுதான் விஷயம். ஒன்பதாம் நூற்றாண்டின் புகழ்பெற்ற குருவான ரின்ஸை, 'தனித்து நிற்கும் ஒருவரைத் தேடுகிறேன்' என்றார். சமகால ரோஷியான ஜோஷீ சசாகி சொல்கிறார்: 'உன்னை மலையுச்சியின் விளிம்பிலிருந்து கீழே தள்ளிவிடும் தருணத்துக்காகக் காத்திருக்கிறேன். நான் உன்னைத் தள்ளியதும் நீயே முயன்று மேலேறி வா.' எல்லா புத்த போதனைகளும் 'பொருத்தமான முறைகளைக் கொண்டு நோய்களைத் தடுக்கும் தற்காலிகத் தீர்வாக இருக்கின்றன' என்கிறார் குரு ரின்ஸை. எல்லா வடிவங்களும், அதிகமும் மதிக்கக்கூடிய வடிவங்களாக இருந்தாலும்கூட, அவை சார்பு நிலையுடனும் தற்காலிகமாகவுமே இருக்கின்றன.

'நீங்கள் புத்தரைச் சந்தித்தால் அவரைக் கொல்லுங்கள்' – ஆனால், நீங்கள் அவரைச் சந்திக்கும்போதுதான்!

பிற்கால வரலாறு

இப்பொழுது மீண்டும் சீனாவுக்கு வந்துவிட்டோம். இது எட்டாம் நூற்றாண்டு; ஜென் தத்துவத்தின் பொற்காலம் தொடங்கிவிட்டது. ஹுய்-நெங் குருவின் உடனடி ஞான வழியைப் பின்பற்றியவர்கள், மழைக்குப் பிறகு முளைக்கும் காளான்களைப்போல் பல்கிப் பெருகினர். ஒவ்வொருவரும் ஞானம் பெற்ற மனநிலையை அடைய சட்டென்று புது வழிகளைத் தாண்டிக் கண்டுபிடிக்கத் தீவிரமாக முயன்றனர்.

இந்தக் குழுக்களில் மிகவும் புகழ்பெற்றவர்கள் மா-ட்சு (709-788) மற்றும் ஷி-ட்டோ (700-790).

ஷி-ட்டோ

மா-ட்சு

புகழ்பெற்ற 'கடின' ஜென் போதனை முறைகளை கிட்டத்தட்ட எல்லாவற்றையும் உருவாக்கியவர் மா-ட்சு. குத்துகள், உதைகள், ஏன்! அடிகள், காதைச் செவிடாக்கும் சப்தங்கள் போன்றவையும்கூட அவருடைய விருப்பத்துக்கு உகந்தவை.

மா-ட்சு குருவின் சமகாலத்தவரான ஷி-ட்டோ குரு, அவருக்கு நேரெதிரானவர். இவர் சாந்தமான அணுகுமுறைகளையே விரும்பினார்.

ஜென் சரித்திரத்தில் இவர்கள் இருவருமே தெளிவான தாக்கத்தை ஏற்படுத்தியவர்கள். ஜென் அதன் உயர்நிலையில் இருந்தபோது, ஐந்து 'இல்லங்கள்' அல்லது பிரிவுகளில் மா-ட்சுவின் வழிவந்தவர்கள் இரண்டையும், ஷி-ட்டோ வழிவந்தவர்கள் மூன்றையும் நிறுவினார்கள். இந்த ஐந்து இல்லங்களும் புகழ்பெற்ற ஜென் குருக்களை உருவாக்கின. மா-ட்சு குருவுக்கு மட்டுமே 139 ஞானம் பெற்ற சீடர்கள் இருந்தார்கள் என்பது நினைவில் கொள்ளவேண்டிய ஒன்று.

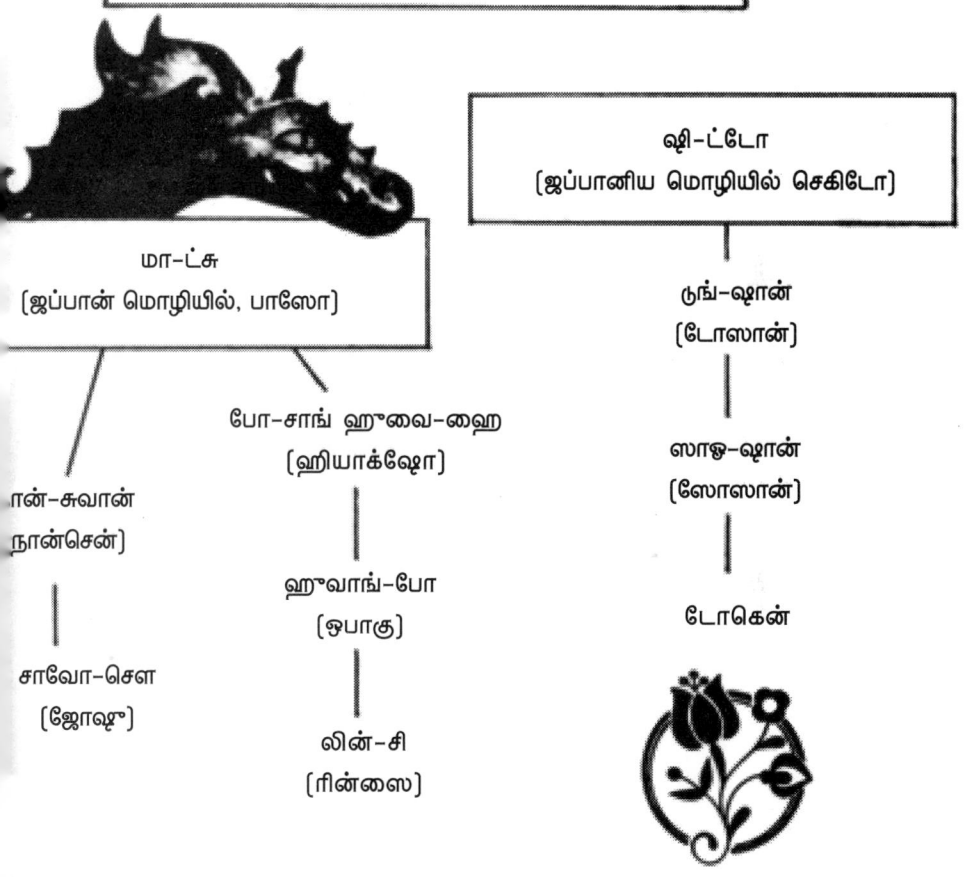

மா-ட்சு
[ஜப்பான் மொழியில், பாஸோ]

ான்-சுவான்
நான்சென்]

சாவோ-சௌ
[ஜோஷூ]

போ-சாங் ஹுவை-ஹை
[ஹியாக்ஷோ]

ஹுவாங்-போ
[ஒபாகு]

லின்-சி
[ரின்ஸை]

ஷி-ட்டோ
[ஜப்பானிய மொழியில் செகிடோ]

டுங்-ஷான்
[டோஸான்]

ஸாஓ-ஷான்
[ஸோஸான்]

டோகென்

அந்தக் காலத்தில் இப்படி ஒரு பேச்சு இருந்தது: 'கியாங்சியில் குரு மா-ட்சு; ஹூனானில் ஷி-ட்டோ குரு. இருவரையும் காண மக்கள் வருவதும் போவதுமாய் இருந்தனர். இரு குருக்களில் ஒருவரைக்கூட சந்திக்காதவர்கள் முழுமையாக அறியாமையில் இருப்பவர்கள்'.

இன்றும் புழக்கத்தில் இருக்கும் ஜென்னில் இரண்டு பாணிகள்: ரின்ஸை மற்றும் சோட்டோ. இவை மா-ட்சு மற்றும் ஷி-ட்டோ குருக்களின் பாணிகளை அடிப்படையாகக்கொண்டவை.

அசலான மனம் என்பது ஒவ்வொருவருக்குள்ளும் இயல்பாக இருக்கிறது என்றபோதிலும், அதன் இருப்பை மட்டும் மாணவனுக்கு உணர்த்தி அதை விழித்தெழ வைப்பது அவசியம் என்று மா-ட்சு கருதினார். அதை எப்படிச் செய்தார் என்பதைப் பார்க்கலாம்:

ஜென்னின் முதன்மைப் பொருள் என்ன என்று ஒரு துறவி மா-ட்சுவிடம் கேட்டார்.

அந்தத் துறவியை அடித்துக் கீழே தள்ளிய மா-ட்சு, 'நான் உன்னைத் தாக்காமல் இருந்திருந்தால், முழு தேசமுமே என்னைப் பார்த்துச் சிரிக்கும்' என்றார்.

அந்த இடத்திலேயே கேள்வி கேட்ட துறவிக்கு ஞானம் கிடைத்தது.

ஒரு தடவை சாலையில் குரு மா-ட்சு கால்களை நீட்டியபடி படுத்திருந்தார். கைவண்டியைத் தள்ளிக்கொண்டு அவ்வழியே வந்த ஒரு துறவி தயவாக, நீங்கள் கால்களை மடக்கிக்கொண்டால், என் வண்டி கடந்து போக முடியும் என்று குருவிடம் கேட்டார்.

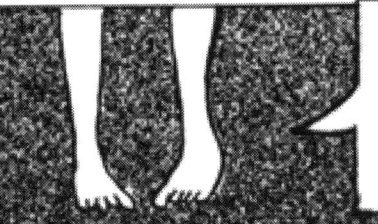

எது நீட்டியபடி இருக்கிறதோ அது மீண்டும் பழைய நிலைக்குத் திரும்பக்கூடாது என்றார் மா-ட்சு.

எது முன்னோக்கிப் போகிறதோ அதுவும் பின்வாங்கக் கூடாது.

...என்று மா-ட்சுவுக்குத் துறவி பதில் சொல்லிவிட்டு, குருவின் கால்கள் மீது வண்டியை ஏற்றிக் கடந்து சென்றார்.

மா-ட்சு மடாலய அரங்குக்குத் திரும்பியதும், கையில் ஒரு கோடரியை எடுத்துக்கொண்டு கோபமாகக் கத்தினார்: 'என்னைக் காயப்படுத்தியவனே என் முன்னால் வா.' சிறு தயக்கமுமின்றி எழுந்து முன்வந்த அந்தத் துறவி, தனது தலையை வெட்டும் பொருட்டு குரு முன்பு நீட்டினார். அதை ஏற்றுக்கொண்ட மா-ட்சு கோடரியைக் கீழே போட்டார்.

மா-ட்சு தன் மாணவர்களிடம் நடத்திய எல்லா உரையாடல்களும் வன்முறையிலானது அல்ல. இந்த அடுத்த கதையில் அவர் தன் சீடர்கள் மூவருடன் அமர்ந்திருந்தபோது அவர்களிடம் கேட்டார்: 'இப்போது நாம் எதைச் செய்ய வேண்டும்?' ஒரு சீடர், 'நாம் சூத்திரங்களைப் படிக்க வேண்டும்' என்றார். இரண்டாவது சீடரோ, 'கொஞ்சம் தியானம் செய்தால் அது பயனுள்ளதாக இருக்கும்' என்றார். பிறகு துறவி நான்-சுவான் (நான்சென்) எழுந்து நின்று, தன் மேலங்கியின் இரு கைப்பகுதிகளையும் உதறிவிட்டுச் சென்றுவிட்டார். மா-ட்சு சொன்னார்:

சூத்திரங்கள் புத்த படித்தரத்திற்கு (நெறிமுறைகளுக்கு) திரும்பி வரக்கூடியவை. தியானமோ வேறுபடுத்திப் பார்க்க முடியாத சமுத்திரத்துக்குள் ஆழ்ந்துவிடும். ஆனால், நான்-சுவான் மட்டுமே இந்த இரண்டையும் தாவிக் கடந்துவிட்டார்.

இறுதியாக, குரு மா-ட்சுவிடமிருந்து உள்ளொளியை நான்-சுவான் (மன முத்திரை என்றும் சொல்லப்படுகிறது) பெற்றதும், மடாலயத்திலிருந்து வெளியேறி புகழ்பெற்ற ஜென் குருவானார். வட சீனாவில் இருக்கும் அன்வீய் மாகாணத்தில் தானே கட்டிய மடாலயத்தில் 30 ஆண்டுகள் வசித்தார். அந்தக் காலம் முழுக்க அவர் மடாலயத்தைவிட்டு வெளியே வரவேயில்லை எனச் சிலர் சொல்கிறார்கள். அவருக்கும், மிகவும் புகழ்பெற்ற அவர் சீடரான சாவோ-சௌவுக்கும் (ஜப்பானில் ஜோஷு) இடையில் நிகழ்ந்த விவாதங்கள் குறித்து பல ஆவணங்கள் உள்ளன. ஜென் வரலாற்றில் ஏறக்குறைய மிகவும் அறிவார்ந்த குழுவாக இது இருந்தபோதிலும், சாவோ-சௌ ஒருபோதும் தன் வாரிசைக் கண்டுபிடிக்காததால் அவரது வழி விரைவில் முடிவுக்கு வந்தது.

தொடக்கப் பயிற்சி பெறுபவராக இருந்தபோது, சாவோ-சௌ தன் குரு நான்-சுவானை அணுகிக் கேட்டார்,

'எது வழி?'
'சாதாரண மனமே வழி'
'அதை நான் எப்படிப் பின்தொடர்வது?'
சாவோ-சௌ கேட்டார். குரு சொன்னார்:
'நீ அதை நோக்கி நகர்ந்தால் அதுவும் நகர்ந்து செல்லும்'

‘அப்படியென்றால் அதைப் பற்றிய அறிவை எப்படி நான் பெறுவது?’

‘அறிவுக்கும் அறிவின்மைக்கும் அப்பாற்பட்டது வழி. அறிவது என்பது மாயத் தோற்றம்; அறியவில்லை என்பது வெறுமையான உணர்வு நிலை.

எல்லா சந்தேகங்களையும் கடந்து உண்மையிலேயே நீ மெய்யான வழியை அடையும்போது, அது அண்டவெளியைப் போல் பரந்தும் எல்லையற்றும் இருப்பதை நீ காண்பாய்.’

நான்-சுவான் இறக்கும் வரை கிட்டத்தட்ட நாற்பது ஆண்டுகள் அவருடனேயே சாவோ-சௌ தங்கியிருந்தார். அதன் பிறகு, இருபது ஆண்டுகள் சீனா முழுவதும் சுதந்திரமாகச் சுற்றித் திரிந்துவிட்டுக் கடைசியில், சாவோ-சௌ (ஜப்பானிய மொழியில் ஜோஷூ) என்ற மலையில் குடியேறினார். இன்று இந்த மலையின் பெயராலேயே அவர் நினைவுகூரப்படுகிறார். இந்தக் காலத்தில் அவரது புகழ் வெகுதொலைவுக்கு விரிந்து பரந்தது. அவருடைய போதனைகளிலிருந்து சில குறுங்கதைகள்:

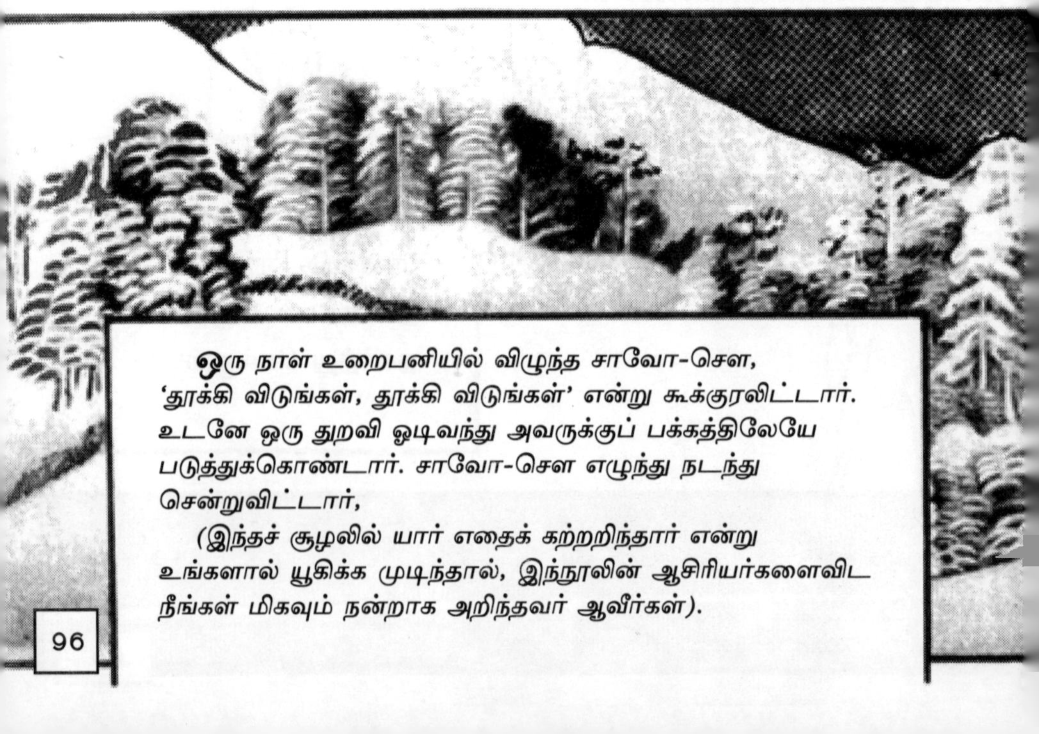

ஒரு நாள் உறைபனியில் விழுந்த சாவோ-சௌ, ‘தூக்கி விடுங்கள், தூக்கி விடுங்கள்’ என்று கூக்குரலிட்டார். உடனே ஒரு துறவி ஓடிவந்து அவருக்குப் பக்கத்திலேயே படுத்துக்கொண்டார். சாவோ-சௌ எழுந்து நடந்து சென்றுவிட்டார்,

(இந்தச் சூழலில் யார் எதைக் கற்றறிந்தார் என்று உங்களால் யூகிக்க முடிந்தால், இந்நூலின் ஆசிரியர்களைவிட நீங்கள் மிகவும் நன்றாக அறிந்தவர் ஆவீர்கள்).

ஒருமுறை ஜென்னின் மிக முக்கியமான கோட்பாட்டைக் கூறும்படி ஒரு துறவி சாவோ-செளவிடம் கெஞ்சிக் கேட்டார். அவரிடம் கொஞ்சம் பொறுங்கள் என்று சொல்லிவிட்டுக் கூறினார்:

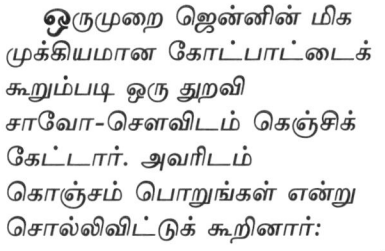

'நான் இப்போது போய் சிறுநீர் கழிக்க வேண்டும். கொஞ்சம் யோசியுங்கள், அது ஓர் அற்பமான காரியம்தான் என்றாலும், அதைச் செய்ய நான்தானே போக வேண்டும்.'

தனது மலையில் நாற்பது ஆண்டுகள் சாவோ-செள தங்கியிருந்தார். தனக்குப் பிறகு எந்த வாரிசுகளையும் விட்டுச்செல்லாமல் தனது 120வது வயதில் அங்கேயே காலமானார்.

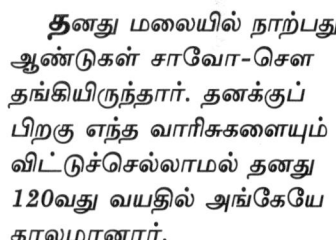

போ-சாங் ஹுவை-ஹை

குரு மா-ட்சுவின் நடைமுறை போ-சாங் ஹுவை-ஹையால் தொடர்ந்து பின்பற்றப்பட்டது. மடாலயம் சார்ந்த ஜென் என்பது இவரது உருவாக்கம்தான். புத்தத்தின் இருபெரும் பிரிவுகளான ஹீனயானா, மஹாயானா ஆகிய இரண்டின் விதிகளையும் ஒன்றுபடுத்தி அவர் இந்த மடாலயம் சார்ந்த ஜென்னை நிறுவினார். அவர் போட்ட இந்த உறுதியான அடித்தளம்தான் இன்றுவரை ஜென் தழைத்திருப்பதற்குக் காரணமாய் இருக்கிறது.

இவரே 'கட்டாய வேலை'யை அறிமுகப்படுத்தினார். இது அக்காலத்தில் ஆண்/பெண் துறவிகளுக்கு வழங்கப்படும் வரிவிலக்கை நோக்கி வளர்ந்து வரும் எதிர்ப்புக்கு ஒரு சாமர்த்தியமான அரசியல் நகர்வாக இருந்தது. அவர், பிச்சை எடுப்பது துறவிகளுக்கு தங்களை ஆதரவளிக்கும் முதன்மை வழியாக இருப்பதை நிராகரித்து, மடாலயங்கள் தன்னிறைவுடன் இருப்பதற்கு முயன்றார். ஜென் போதனைகளைப் பற்றி ஏராளமாக எழுதியவரும் அவரே.

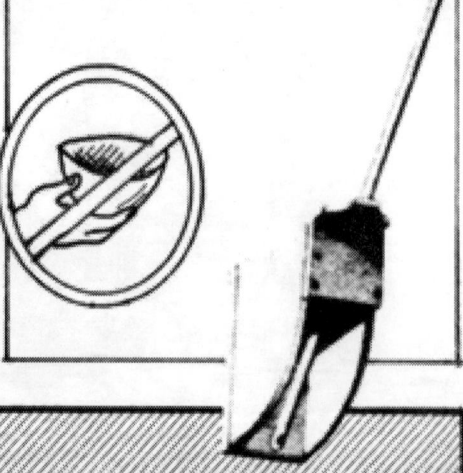

*அ*வருடைய எழுத்துக்களுக்கு ஓர் எடுத்துக்காட்டு இதோ:

முழுமையின் (பரம்பொருளின்) இயல்பு வெறுமையாகவும் (சூன்யமாகவும்) இருக்கிறது; வெறுமை இல்லாமலும் இருக்கிறது. அது எப்படி? முழுமையின் அற்புதமான 'பொருளு'க்கு வடிவமும் இல்லை; தோற்றமும் இல்லை. அதனால்தான், அது கண்டுபிடிக்க முடியாததாக இருக்கிறது; ஆகவே, அது வெறுமை (சூன்யம்). கங்கை நதியின் கணக்கிலடங்கா மணல்களைப் போல் அந்த வடிவமற்ற 'பொருள்' தன்னுள் இயக்கத்தைக் கொண்டிருக்கிறது. இந்த இயக்கம் சூழ்நிலைகளுக்கு ஏற்ப எதிர்வினை ஆற்றிக்கொண்டே இருக்கிறது. ஆகவேதான், அது வெறுமை (சூன்யம்) அல்ல என்றும் விவரிக்கப்படுகிறது.

ரின்ஸை

லின்-சி (ஜப்பானிய மொழியில், ரின்ஸை. இந்தப் பெயரே பிரபலமாக அறியப்பட்டிருப்பதால் இதையே தொடர்ந்து பயன்படுத்துவோம்), குரு ஹுவை-ஹையின் வழித்தோன்றல். இவர்தான் ரின்ஸைப் பிரிவை நிறுவியவர். இவர் மிகவும் முரட்டுத்தனமானவர். அவருக்குக் கிடைத்த முதல் ஞான அனுபவத்தின் விவரிப்பிலிருந்தே இதை நாம் பார்க்க முடியும். ஹுவாங்-போ குருவிடம் (ஹுவை-ஹையின் வாரிசு) ரின்ஸை மூன்று ஆண்டுகள் கற்றார். ஆனால், தன் முன்னேற்றம் குறித்து அவருக்கே திருப்தியில்லை.

தலைமைத் துறவி, 'நீங்களே நேரில் சென்று குருவைப் பார்க்க வேண்டும்' என ரின்ஸையிடம் யோசனை சொன்னார். ஆகவே, ரின்ஸை குரு ஹுவாங்-போவிடம் சென்று, 'மேற்கிலிருந்து போதிதர்மா வந்ததற்கான பொருள் என்ன?' என்ற வழக்கமான கேள்வியைக் கேட்டார்.

ஹுவாங்-போ உடனே தனது கைத்தடியால் ரின்ஸையை அடித்துத் தரையில் வீழ்த்தினார். விழுந்த ரின்ஸை எழுந்து, இந்தப் பதிலை வைத்துக்கொண்டு என்ன செய்வது என்றறியாமல் குழப்பத்துடன் வெளியே நடந்து சென்றார்.

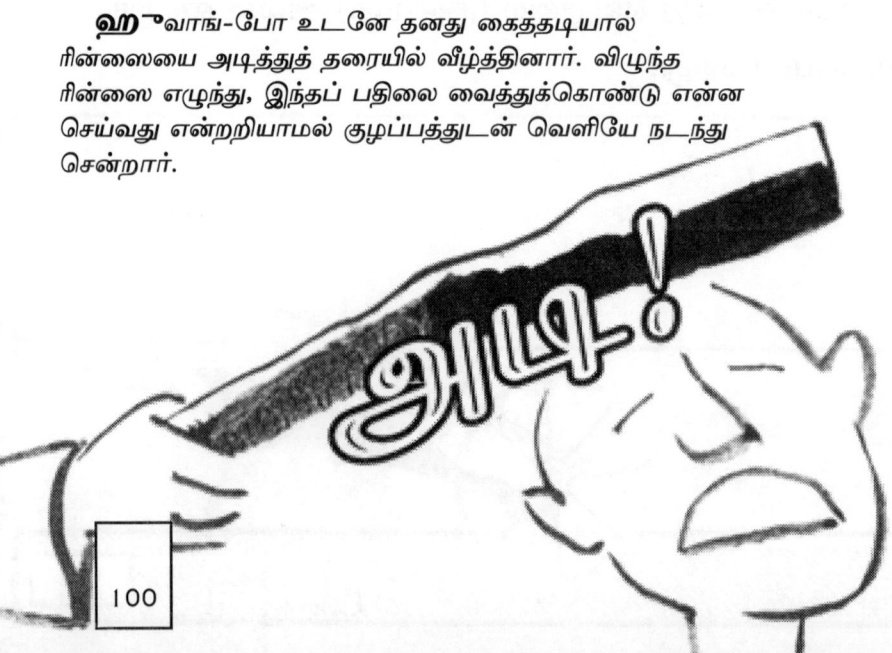

மீண்டும் ஒருமுறை முயன்று பார்க்கச் சொல்லி தலைமைத் துறவி ரின்ஸைக்கு அறிவுரை சொன்னார். அவரும் மேலும் இருமுறை முயன்று பார்த்தார். ஆனால், பதிலென்னவோ அதேதான். மன உறுதி குலைந்து மடாலயத்தைவிட்டு வெளியேறப் போவதாக அறிவித்தார் ரின்ஸை. அதையடுத்து, அருகிலிருந்த டா-யு என்ற ஜென் போதகரிடம் அனுப்பி வைத்தார் ஹுவாங்-போ. குருவிடம் தனக்கு ஏற்பட்ட அனுபவத்தை ரின்ஸை டா-யுவிடம் சொன்னபோது, 'ஹுவாங்-போ எவ்வளவு கருணை மிக்கவர். மாபெரும் வேதனையிலிருந்து உன்னை விடுவிக்க அவர் முயற்சி செய்திருக்கிறார்' என்று அவர் ரின்ஸையிடம் சொன்னார். இதைக் கேட்டதும், தன் சுய இயல்பு குறித்த ஆழமான விழிப்புணர்வைச் சட்டென்று உணர்ந்தார் ரின்ஸை. தன்னைக் கட்டுப்படுத்திக்கொள்ள முடியாமல் மேலும், கீழும் குதித்துக்கொண்டே, 'ஹுவாங்-போவின் ஜென் மிகவும் எளிமையானது. அதில் ஒன்றும் இல்லை' என்று கூத்தாடினார்.

'நீ ஒரு குறும்புக்காரன்' என்ற டா-யு, 'ஒரு நிமிடத்துக்கு முன்புதான் ஹுவாங்-போவின் ஜென்னைப் புரிந்துகொள்வது சாத்தியமில்லாதது என்று சொன்னாய். இப்போது சொல்கிறாய், அதில் எந்தச் சிக்கலுமில்லை என்று. நீ எதை உணர்ந்தாய், அதை முதலில் சொல்!' என்றார். அதைக் கேட்டதும், ரின்ஸை டா-யுவின் விலா எலும்பில் மூன்று முறை குத்தினார். டா-யு அவரை உதைத்துத் தள்ளிவிட்டு, 'உனது ஆசிரியர் ஹுவாங்-போ. ஆகவே, உன்மீது எனக்கு அக்கறையில்லை!' என்றார்.

ரின்ஸை ஹுவாங்-போவிடம் உடனே திரும்பிச் சென்றார். வாசலிலேயே அவரை வரவேற்ற குரு,

இவ்வளவு சீக்கிரத்திலேயே வந்துவிட்டாயே? இப்போதுதானே சென்றாய்!

ரின்ஸை மிகவும் குனிந்து வணங்கிவிட்டுச் சொன்னார்:

உங்கள் கருணையினால்தான் நான் இவ்வளவு சீக்கிரமாக வந்துவிட்டேன்

பிறகு, டா-யுவுடன் ஏற்பட்ட மோதலை குருவிடம் சொன்னார் ரின்ஸை. கேட்டதும், 'அந்தக் கிழவருக்குத்தான் எவ்வளவு பெரிய வாய். அடுத்த முறை அவரைப் பார்க்கும்போது, எனது கைத்தடியின் சுவையை ருசிக்கட்டும்' என்றார் குரு. ரின்ஸை பரவசத்துடன் கத்தினார், 'பொறுங்கள்! இப்போது நானே உங்களுக்குத் தருகிறேன்' என்று சொல்லி விட்டு, முதிய குருவின் முகத்தில் அறைந்தார்.

வியப்படைந்த ஹுவாங்-போ, 'இந்தப் பைத்தியக்கார துறவி புலியின் மீசையைப் பிடுங்கிக் கொண்டிருக்கிறான்' என்றார்.

அப்போது, ரின்ஸை தனது முதல் 'காட்ஸ்' என்று சத்தம் கொடுத்தார். ரின்ஸையைப் போலவே அவரது இந்த 'காட்ஸ்' சத்தமும் மிகவும் புகழ்பெற்றது.

அதிலிருந்து ரின்ஸையிக்கும் ஹுவாங்-போவுக்கும் இடையே தீப்பொறி பறக்கும் மோதல்கள் நடந்தன. பிறகு ரின்ஸைஸ் போதனை அதிகாரத்துடனும் தமக்கு விருப்பமான குத்துகள், சப்தங்கள் அடங்கிய போதனை உத்திகளுடனும் தாமாகவே வெளியேறினார்.

அவர்தான் மா-ட்சுவின் உண்மையான வழிவந்தவர். ஞானம் பெற ஒவ்வொருவரும், அதைக் கைப்பற்ற சாடிச் செல்லும் துணிவோடு இருக்க வேண்டும் என்று உறுதியாக நம்பினார்.

'ஹுவாங்-போவின் ஜென் மிகவும் எளிமையானது, அதில் ஒன்றும் இல்லை!!'

ரின்ஸையின் கடுமைமிக்க பாணி புகழ் அடைந்ததற்கு அன்றைய காலகட்டத்தில் சீனா எப்படி இருந்தது என்பதை அது பிரதிபலித்ததும் ஒரு காரணம். அது 845வது வருடம். அப்போது புத்தத்துக்கு எதிரான விரோதப் போக்கு மிகவும் அதிகரித்து கடைசியில் வெடித்தேவிட்டது. குடும்பம் என்ற அமைப்பை (புத்த துறவிகளும் பெண் துறவிகளும் திருமணம் செய்து கொள்வதில்லை) புத்தம் சிதைத்துவிட்டதாகக் குற்றம் சாட்டப்பட்டது. அதோடு, மிகவும் முக்கியத்துவம் கொடுத்துப் பாதுகாக்கப்பட்ட மூதாதைவழி சமூகத்தின் பரம்பரை வழித்தோன்றல்களைப் புத்தம் நிர்மூலமாக்குவதாகவும் சொல்லப்பட்டது. வரி கொடுப்பவர்களின், இராணுவத்தில் சேர்ப்பவர்களின் எண்ணிக்கையைப் புத்தம் வெகுவாகக் குறைத்துவிட்டது. இதையெல்லாம் விட, சீன தேசியவாதம் அப்போது முழுவீச்சில் இருந்ததுடன், புத்தம் இந்தியாவிலிருந்து இறக்குமதி செய்யப்பட்டது என்ற கோபமும் இருந்தது. சீனர்கள் சில நூற்றாண்டுகளுக்கு முன்பு பௌத்தத்தை நிறுவுவதற்கு முதலீடு செய்த அதே வலிமையை அதை அழிப்பதற்கும் பயன்படுத்தினார்கள்.

புத்தர்களே ஒழிந்துபோங்கள்!

அந்தச் சமயத்தில், சீனாவில் இருந்த புத்தப் பிரிவுகளில், ஜென் மட்டுமே, மடாலயங்கள் அல்லது மதரீதியான பிடிமான பொருட்களின்றி இருக்க முடிந்ததால் மதரீதியிலான கொடுமைப்படுத்துதல்களிலிருந்து தப்பித்துப் பிழைத்தது.

இத்தகைய சூழலில், அதை மேலும் 'கசக்கிப் பிழிந்த'தால், குரு ரின்ஸைக்கு 'தளபதி' என்ற பட்டப்பெயரும் கிடைத்தது. **866**இல் தனது ஐம்பதுகளில் அவர் இறந்தார். இது ஒரு ஜென் குருவுக்கு மிகவும் குறைந்த வயது. வாழ்நாள் முழுவதும் அவர் ஏழ்மையில் உழன்றதால்தான் இப்படி நேர்ந்தது எனச் சிலர் சொல்கின்றனர். அவருடைய மாணவர்கள் 'ரின்ஸை ரோகு' (ரின்ஸையின் ஆவணங்கள்) என்று அவர் உபதேசித்தவற்றைத் தொகுத்தனர். ஜென் வரலாற்றிலேயே முதல் கோவான் (உரையாடல்) தொகுப்பு இதுதான்.

சோட்டோ

இதுவரை நாம் மா-ட்சு குருவின் வழிவந்தவர்களைப் பற்றிப் பார்த்தோம். ஆனால், குரு ஷி-ட்டோவின் வழியும் பல அசாதாரணமான குருக்களை அளித்திருக்கிறது. அவர்களில், டுங்-ஷான் (ஜப்பானிய மொழியில், டோஸான்), காலம் 807-869. யுன்-மென் (யுன்மோன்) காலம், 862-949 மற்றும் ஃபா-யென் (ஹோகென்) காலம் 885-958, போன்றவர்கள் தங்கள் சொந்தப் பள்ளிகளை நிறுவினார்கள். யுன்-மென் வழிவந்தவர்கள்தான் 'நீலமலை ஆவண'த்தைத் தொகுத்தனர். கோவான்களிலேயே மிகப் பெரிய தொகுப்பு இதுதான். ஆனால், இன்று குரு டுங்-ஷானின் வழி மட்டுமே சோட்டோ ஜென் பிரிவாக நிலைத்திருக்கிறது.

ரின்ஸையின் சமகாலத்தவராக டுங்-ஷான் இருந்தாலும், அவர் கற்றது ஷி-ட்டோ ஜென் பாணியை; அவரது கற்பிக்கும் நுணுக்கமும் மிகவும் வித்தியாசமானது. அவர் ஸாஜென் பயிற்சிக்கு முக்கியத்துவம் கொடுத்தார். மேலும், தனது சீடர்கள் சிக்கலான தருணங்களில் மாட்டித் தவிக்கும்போது அவர்களுடன் உவமைகள் நிறைந்த மொழியில் பேச விருப்பம்கொண்டவர். வெளிப்படையானதும் தன்னியல்பானதுமான ஞானத்தின் ராஜ்யத்தை விவரித்து அவர் எழுதிய ஜென் கவிதை மிகவும் புகழ்பெற்றது. இங்கே ஒரு பத்தி:

கட்டை மனிதன் பாடுகிறான்,
கல் மங்கை எழுந்து ஆடுகிறாள்,
இதை தீவிர விருப்பத்தாலோ
கற்றலாலோ செய்துவிட முடியாது,
காரண காரிய தர்க்கத்தாலும்
இதைச் செய்ய முடியாது.

டுங்-ஷானின் வாரிசான ட்சாவோ-ஷுன் (ஜப்பானிய மொழியில் சோஸான்), குருவின் பாணியை வெகு இலகுவாகக் கையிலெடுத்து, பிரியும் பரிமாற்றத்தை அவர் சொல்வதிலிருந்து நாம் காணலாம்.

'எங்கே போகிறாய்?'

'எங்கே மாற்றமில்லையோ அங்கே போகிறேன்'

'மாற்றமில்... இடத்துக்கு எப்படி நீ போக முடியும்?'

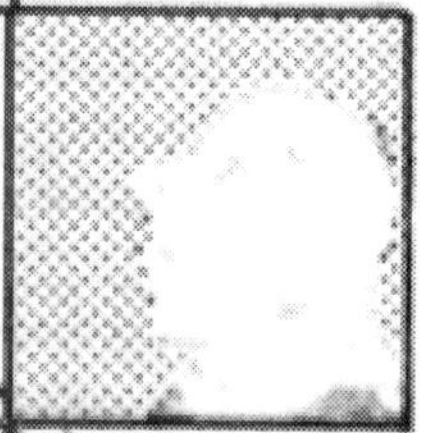

'நான் போவது மாற்றம் இல்லாதது'

இந்த மென்மையான பாணியும், தியானத்துக்குக் கொடுக்கப்படும் வலுக்கட்டாயமான முக்கியத்துவமும் சோட்டோ பிரிவுக்கு 'அமைதி ஒளிரும் பாதை' என்ற பெயரைத் தந்திருக்கிறது. அதேசமயம், ரின்ஸை பிரிவோ 'உள்முகம் பார்க்கும் கோவான் பாதை' என்று அறியப்படுகிறது.

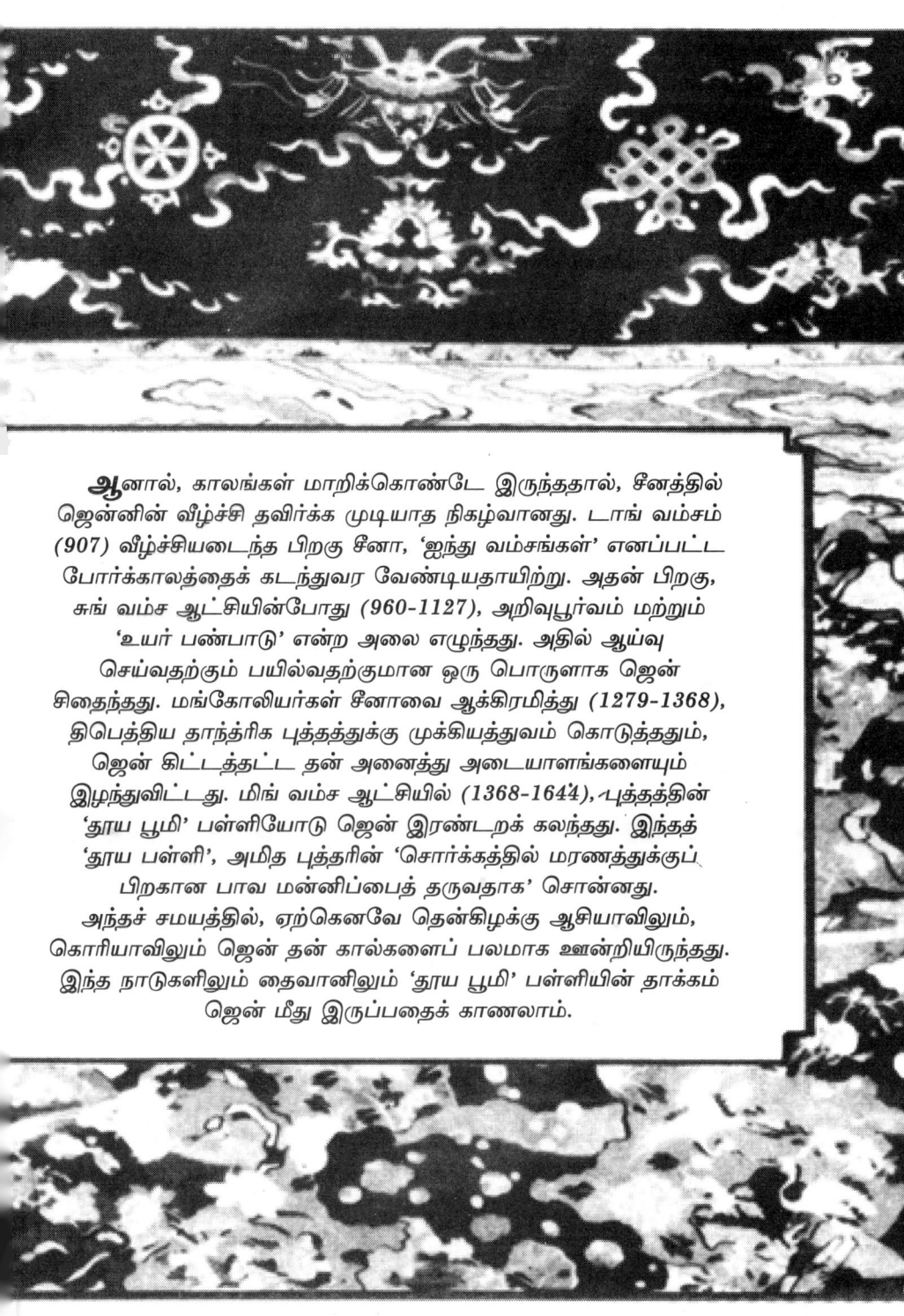

ஆனால், காலங்கள் மாறிக்கொண்டே இருந்ததால், சீனத்தில் ஜென்னின் வீழ்ச்சி தவிர்க்க முடியாத நிகழ்வானது. டாங் வம்சம் (907) வீழ்ச்சியடைந்த பிறகு சீனா, 'ஐந்து வம்சங்கள்' எனப்பட்ட போர்க்காலத்தைக் கடந்துவர வேண்டியதாயிற்று. அதன் பிறகு, சுங் வம்ச ஆட்சியின்போது (960-1127), அறிவுபூர்வம் மற்றும் 'உயர் பண்பாடு' என்ற அலை எழுந்தது. அதில் ஆய்வு செய்வதற்கும் பயில்வதற்குமான ஒரு பொருளாக ஜென் சிதைந்தது. மங்கோலியர்கள் சீனாவை ஆக்கிரமித்து (1279-1368), திபெத்திய தாந்த்ரிக புத்தத்துக்கு முக்கியத்துவம் கொடுத்ததும், ஜென் கிட்டத்தட்ட தன் அனைத்து அடையாளங்களையும் இழந்துவிட்டது. மிங் வம்ச ஆட்சியில் (1368-1644), புத்தத்தின் 'தூய பூமி' பள்ளியோடு ஜென் இரண்டறக் கலந்தது. இந்தத் 'தூய பள்ளி', அமித புத்தரின் 'சொர்க்கத்தில் மரணத்துக்குப் பிறகான பாவ மன்னிப்பைத் தருவதாக' சொன்னது.

அந்தச் சமயத்தில், ஏற்கெனவே தென்கிழக்கு ஆசியாவிலும், கொரியாவிலும் ஜென் தன் கால்களைப் பலமாக ஊன்றியிருந்தது. இந்த நாடுகளிலும் தைவானிலும் 'தூய பூமி' பள்ளியின் தாக்கம் ஜென் மீது இருப்பதைக் காணலாம்.

இருந்தபோதிலும், ஜப்பானிய ஜென் அசலான ஜென்னுக்கு மிக நெருக்கமானதாக இருக்கிறது. ஏனென்றால், அது சுங் வம்ச ஆட்சியில் இங்கே மறுபதியமிட்டதால்தான். பிறகு தனித்த சூழலில் அது வளமாகவே முன்னேற்றம் கண்டது. இது எப்படி நேர்ந்தது என்பதைப் பார்க்கலாம்:

ஈசை

ஜப்பானுக்கு ரின்ஸை ஜென் பிரிவை முதலில் கொண்டுவந்தவர் குரு ஈசை (1141-1215). மஹாயானா புத்தத் துறவியான அவர் 1191ஆம் ஆண்டு ஜென்னைக் கற்க சீனாவுக்குச் சென்றார். திரும்பவும் ஜப்பானுக்கு வந்ததும், ஜென்னும் மஹாயானா புத்தமும் கலந்த கலவையை அவர் போதித்தார். அதுவே ரின்ஸை ஜென்னின் 'ஓரியோ' பிரிவாக மாறியது. ஜப்பானுக்கு தேநீரைக் (டீயைக்) கொண்டு வந்ததிலும் ஈசைக்குப் புகழ் உண்டு. அரிசி ஒயினுக்கு (சக்கே) மாற்றாகத் தேநீரை அறிமுகப்படுத்தி அதைப் பருகச் சொல்லி பிரச்சாரமே செய்தார். இதில் அவருக்கு அதிக லாபம் கிடைத்ததோ இல்லையோ, ஆனால் உறுதியாக தனக்கான பேரை உருவாக்கிக் கொண்டார். அவருடைய விற்பனையின் தீவிரம், அனைத்து ஹோண்டாக்கள், சோனிகள் மற்றும் மிட்சுபிஷிகளுக்கு இவர்தான் மூதாதை!

'மாபெரும் நாடான சீனத்தில் அந்நாட்டு மக்கள் தேநீரைப் பருகுகின்றனர். இதன் விளைவாக, அங்கே இதய நோய் இல்லை; மக்கள் நெடுங்காலம் வாழ்கின்றனர். நமது நாடோ நோய்வாய்ப்பட்டதைப் போன்று எலும்பும் தோலும் நிறைந்த மனிதர்களாலேயே நிறைந்திருக்கிறது; இதற்குரிய காரணம் எளிமையானது. ஏனென்றால், நாம் தேநீர் அருந்துவதில்லை. எப்போதெல்லாம் ஒருவர் உற்சாகம் குன்றி இருக்கிறாரோ அப்போது தேநீர் குடிக்க வேண்டும். இது இதயத்தைச் சீராக இயங்க வைத்து எல்லா நோய்களையும் குணப்படுத்தும்'

ஜென்

உண்மையில் ரின்ஸை ஜென், ஜப்பானில் உயிர் பிழைக்கக் காரணம், அங்கிருந்த திறன்மிக்க சாமுராய்கள் அதன் மீது பெரிதும் அன்பு வைத்தனர் என்பதுதான். ரின்ஸையின் கடுமையான, தர்க்கமற்ற, தன்னியல்பான மற்றும் புத்தக அறிவு தேவையற்ற பாணி சாமுராய்களுக்கு மிகவும் உவப்பானது. வாழ்க்கைக்கு ஏற்ற அவர்களின் சொந்த அனுபவம் இப்படித்தான் பொருந்துகிறது: 'இப்போது, அல்லது எப்போதும் இல்லை.'

டோகென்

ஆனால், டோகென் கிகென் *(1200-1253)* மட்டும் தோன்றியிருக்காவிட்டால், ஜப்பானில் ஜென்னை மறுபதியமிட்டது வெற்றி அடைந்திருக்கவே முடியாது. இவர்தான் ஜப்பானின் முதல் மண்ணின் மைந்தரான ஜென் ஆசான். இன்றும்கூட 'ஜப்பானில் இதுவரை உதித்தவர்களிலேயே மிகவும் திறன்மிக்க சுயமான சிந்தனையாளர் டோகென்தான்' என்று கருதப்படுகிறார். மேற்குடிப் பெற்றோருக்கு சட்டத்துக்குப் புறம்பான மகனாகப் பிறந்தார். கவிதையிலும் அழகிய அலங்கார எழுத்துக்களை (காலிகிராஃபி) எழுதுவதிலும் புலமை பெற்றார். ஆனாலும், அவருடைய மதரீதியான பயணம் அப்போதே தொடங்கி விட்டது. இரண்டு வயதில் தந்தையும் ஏழு வயதில் தாயும் இறந்துவிட்டனர். மரணப்படுக்கையில் கிடந்த தாயார், டோகென் ஒரு துறவியாக வேண்டுமென சத்தியம் வாங்கினார். தாயின் சவ அடக்கத்தில், வாழ்வின் நிலையாமையை எண்ணி டோகென் சிந்தனையில் ஆழ்ந்தார் எனச் சொல்லப்படுகிறது.

இளம் துறவியாக இருந்தபோது டோகென் இந்தக் கேள்வியால் மிகவும் பீடிக்கப்பட்டார்:

நம்மிடம் ஏற்கெனவே புத்த இயல்பு இருக்கிறதென்றால், நாம் ஏன் புத்தத்தைப் பயில வேண்டும்?

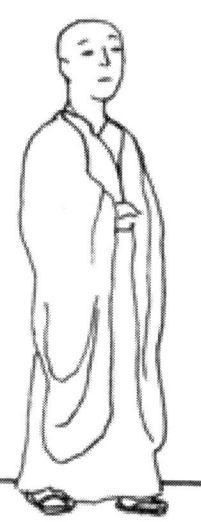

இந்தக் கேள்வியின் விளைவே அவரைச் சீனாவுக்குக் கொண்டு சென்றது. அங்கு அவர் கண்ட ஒழுக்க மரபுகளில் அதிருப்தியடைந்து வீட்டுக்குத் திரும்பியபோது ஒரு சிலர், டியேங் டுங் கோயிலின் புதிய குருவைப்பற்றி டோகெனிடம் சொன்னார்கள். டோகெனும் அந்தக் குருவான ஜூ-சிங்கும் (1163-1228) சந்தித்தது ஜப்பானிய ஜென்னின் எதிர்காலத்துக்கு அதிர்ஷ்ட நிகழ்வாக அமைந்தது. ஜூ-சிங் ஒரு சோட்டோ குரு. அதோடு அமர்நிலை தியானத்தை வலியுறுத்துவதில் சமரசமற்றவர். அவர் தனது அன்றாட தியானத்தை (ஸாஜெனை) ஒவ்வொரு நாள் இரவும் பதினோரு மணிக்குத்தான் முடிப்பார்; மீண்டும் அதிகாலை இரண்டரை மணிக்குத் திரும்ப ஆரம்பித்துவிடுவார். இங்குதான் டோகென் ஜென்னைக் கற்றறிந்து தன் ஞானத்தை அடைந்தார்.

இந்தக் கதையைக் கேளுங்கள்: ஒரு நாள் அதிகாலை அவர் தியானத்தில் இருந்தபோது, அவருக்குப் பக்கத்திலிருந்தவர் குட்டித் தூக்கம் போட்டார் - சரியாகச் சொல்லவேண்டுமானால் இக்கால ஜென்னிலும்கூட இது பொதுவான ஒரு நிகழ்வாக இருக்கிறது.

அந்தச் சமயத்தில், அங்கு வந்த குரு ஜு-சிங், தூங்கும் அந்தத் துறவியைப் பார்த்துக் கோபத்துடன் உரக்க சப்தமிட்டார்:

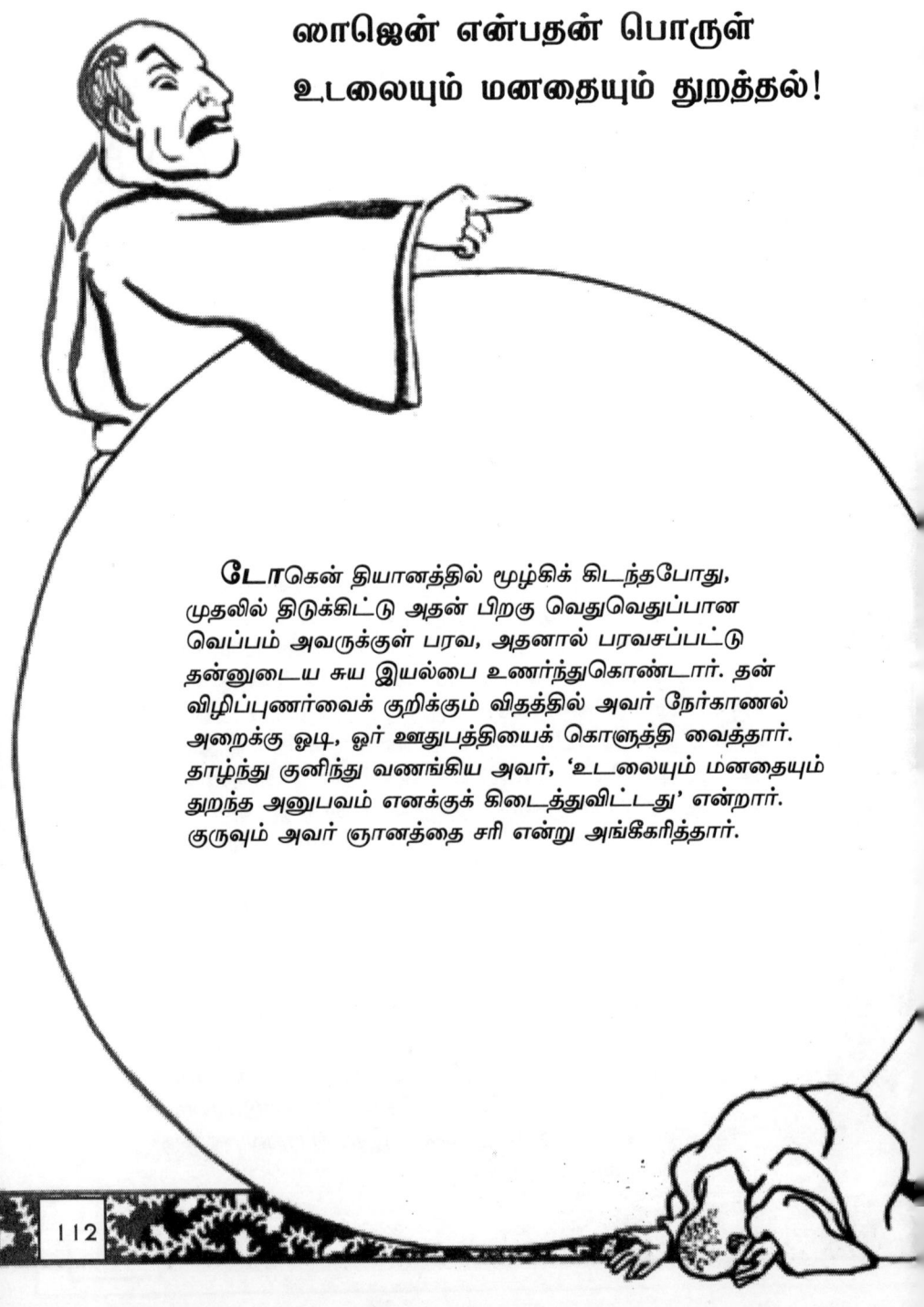

ஷாஜென் என்பதன் பொருள் உடலையும் மனதையும் துறத்தல்!

டோகென் தியானத்தில் மூழ்கிக் கிடந்தபோது, முதலில் திடுக்கிட்டு அதன் பிறகு வெதுவெதுப்பான வெப்பம் அவருக்குள் பரவ, அதனால் பரவசப்பட்டு தன்னுடைய சுய இயல்பை உணர்ந்துகொண்டார். தன் விழிப்புணர்வைக் குறிக்கும் விதத்தில் அவர் நேர்காணல் அறைக்கு ஓடி, ஓர் ஊதுபத்தியைக் கொளுத்தி வைத்தார். தாழ்ந்து குனிந்து வணங்கிய அவர், ‘உடலையும் மனதையும் துறந்த அனுபவம் எனக்குக் கிடைத்துவிட்டது’ என்றார். குருவும் அவர் ஞானத்தை சரி என்று அங்கீகரித்தார்.

டோகென் மேலும் இரண்டு ஆண்டுகள் ஜு-சிங்குடன் தங்கிவிட்டு, பிறகு தன்னுடன் சோட்டோ ஜென்னையும் எடுத்துக்கொண்டு ஜப்பானுக்குப் பயணப்பட்டார். அவர் அமர்நிலை தியானத்தின் தீவிர ஆதரவாளராக விளங்கினார். சக புத்தத் துறவிகளிடம் அவர்கள் தொடர்ச்சியாக கொஞ்சமாவது ஸாஜென் செய்ய வேண்டும் அல்லது ஞானம் பெறுவதைப் பற்றி அவர்கள் மறந்துவிடலாம் என அவர்களை நம்பவைக்க இடைவிடாது முயன்றார்.

இந்த நோக்கத்துக்காக, அவர் ஓர் 'உலகளாவிய ஸாஜென் பரிந்துரை'யை எழுதினார். அவர் சொல்கிறார்:

சாக்கியமுனி புத்தரும்கூட ஆறு ஆண்டுகள் தியானப் பயிற்சி செய்தார் என்ற உண்மையை நீங்கள் கவனத்தில்கொள்ள வேண்டும்.

அதேபோல், ஷாவோ-லின் கோயிலில் போதிதர்மா கூட புத்த-மனத்தைக் கையளிக்க ஒன்பது ஆண்டுகள் தியானத்தில் இருந்தார் என்றும் சொல்லப்படுகிறது. பழங்காலத்து முனிவர்கள் இத்தனைக் கடுமையாக உழைத்திருக்கும்போது, இக்காலத்திலுள்ள பயில்வோர்கள் ஸாஜென் (தியானப்) பயிற்சியைச் செய்யாமல் எப்படி இருக்க முடியும்? வார்த்தைகள் மற்றும் எழுத்துக்கள் மூலமாகப் பின்தொடர்வதை நீங்கள் நிறுத்திவிட்டு, உங்களிடமிருந்து விடுபட்டு உங்கள் சுயத்தின் மீது பிரதிபலிக்கக் கற்றுக்கொள்ள வேண்டும். நீங்கள் அப்படிச் செய்தால், உங்கள் உடலும் உள்ளமும் இயல்பாகவே சரணடைய, உங்களிடம் இருக்கும் அசலான புத்த இயல்பு தோன்றிவிடும்.

எய்ஹே-ஜி (நிரந்தர அமைதி) என்று அழைக்கப்படும் மலைகளில் டோகெனுக்காக ஒரு கோயிலை அவரது சீடர்கள் கட்டியிருக்கின்றனர். இன்றும் அதுதான் ஜப்பானிய சோட்டோ ஜென் மையமாக இருக்கிறது. இங்குதான், 'ஷோபோகென்ஜோ (உண்மையான தர்மம் பற்றிய அறிவுப் பொக்கிஷம்) என்னும் தனது பெரிய தொகுப்பை டோகென் எழுதினார். இந்தத் தொகுப்புதான் ஜென் பற்றி எழுதப்பட்டிருப்பவற்றிலேயே மிகவும் முழுமைகொண்டதாக இருக்கலாம்.

டோகென் 1253இல் இறந்தார். இன்று ஜப்பானில் ரின்ஸை பிரிவைப்போல், மூன்று மடங்கு அதிகச் சீடர்களைக் கொண்டதாக சோட்டோ பிரிவு இருக்கிறது.

ஹகுயின்

இன்று நடைமுறையில் இருக்கும் ரின்ஸைப் பிரிவை உருவாக்கியதில் அதிக ஆதிக்கம் செலுத்தியவர் ஹகுயின்தான் *(1686-1769)*. தன் இளமைக் காலத்தை ஞானம் பெறவே கழித்தவர். வெளிப்படையாக அதை அவரால் எளிதில் அடைய முடியவில்லை. முதல் சட்டோரி வாய்த்த பிறகும், பல்வேறு குருக்களால் அவர் உதைக்கப்பட்டார்; பரிகசிக்கப்பட்டார்.
இந்த விஷயத்தில், நூற்றாண்டுகளாக ஒருவருக்கும் கிடைக்காத தெளிவு தனக்குக் கிடைத்துவிட்டதாக நினைத்தார். ஆனால், அவர் இன்னும் பலமாகத் தன்னை வருத்திக்கொண்டார். இதன் விளைவாக, வெகு ஆழமான பல ஞான அனுபவங்கள் அவருக்கு வாய்த்தன. அதோடு, மனதும், உடலும் நிலைகுலைந்து போயின. ஹகுயின் ஒரு தாவோயிஸ துறவியிடம் உதவி பெற்றுத் தன்னை முற்றிலுமாகக் குணப்படுத்திக்கொண்டார்.

ஷோரின்-ஜி கோயிலையே தனது நிரந்தர இருப்பிடமாக்கிக் கொண்டார் ஹகுயின். அங்கே அவருக்கு இறுதி ஞானம் ஒரு கனவின் மூலம் வந்தது. அவர் சொல்கிறார்:

ஒரு நாள் இரவு என் கனவில் எனது தாயார் தோன்றி, எனக்குப் பட்டுத் துணியால் செய்த சிவப்பு கலந்த நீல நிறம் கொண்ட மேலங்கியைக் கொடுத்தார். நான் அந்த ஆடையைக் தூக்கியபோது, அதன் இரு கைப் பகுதிகளும் மிகவும் கனமாக இருப்பதாகத் தோன்றியது. அவற்றை சோதித்தபோது ஐந்து அல்லது ஆறு அங்குல விட்டமுள்ள பழைய கண்ணாடி ஒவ்வொரு கையிலும் இருக்கக் கண்டேன். வலக்கையில் இருந்த கண்ணாடியின் பிரதிபலிப்பு என் இதயத்தையும், உயிர் உறுப்புகளையும் ஊடுருவிச் சென்றன. என்னுடைய சுய மனம், மலைகள், ஆறுகள், மாபெரும் இந்த பூமி எல்லாமே ஆழ்ந்த அமைதியோடும் அடித்தளமற்றும் இருப்பதுபோல் தோன்றின... இதன் பிறகு, அனைத்துப் பொருட்களையும் நான் பார்த்தபோது, அது என் முகத்தையே பார்ப்பது போலிருந்தது. 'ஞானம் பெற்ற ஆன்மா புத்த இயல்பைத் தன் கண்களுக்குள்ளேயே பார்க்கிறது' என்று சொல்லப்படுவதை நான் முதல் முறையாகப் புரிந்துகொண்டேன்.

தன் அன்றாட அலுவல்களைச் செய்துகொண்டிருக்கும்போதுகூட, கோவான் மூலமாக ஒருவர் தியானிக்க வேண்டும் என்ற கருத்து ஹகுயினின் முக்கியமான பங்களிப்புகளில் ஒன்று:

> உண்மையான தியானம் என்பது என்ன? ஒரே ஒரு கோவானுக்குள், 'இருமுதல், விழுங்குதல், கைகளை அசைத்தல், நகர்தல், அசையாமல் இருத்தல், சொற்கள், செயல்கள், நன்மை-தீமை, செழிப்பு, வெட்கம், லாபம்-நஷ்டம், சரி-தவறு' என இப்படி அனைத்தையும் உள்ளடக்குவதுதான்.

இதன் வாயிலாக அக்காலத்தில் ஜப்பானில் பெருகி வந்த நகர்ப்புற வாழ்வில் ஹகுயின் ஜென்னை அறிமுகப்படுத்தினார்.

தன் முதிய வயதிலும்கூட ஹகுயின், முழு ஆற்றலுடன் செயல்பட்டார். நூற்றுக்கணக்கான துறவிகளிடம் உரை நிகழ்த்தினார். கவிதைகள் எழுதினார். தனது ஓவியங்களுக்காகப் புகழ்பெற்றார். அவருடைய வாழ்க்கையின் இறுதிக் காலத்தில் தொடக்கநிலையினருக்கான பிரபலமான கோவானை உருவாக்கினார்:

ஒரு கை தட்டுதலில் என்ன ஓசை?

கீழை நாடுகளை விட்டுக் கிளம்பும் முன்பு, இங்கே ஒரு புதிய கோவான்:

எங்கே பெண் ஜென் குரு?

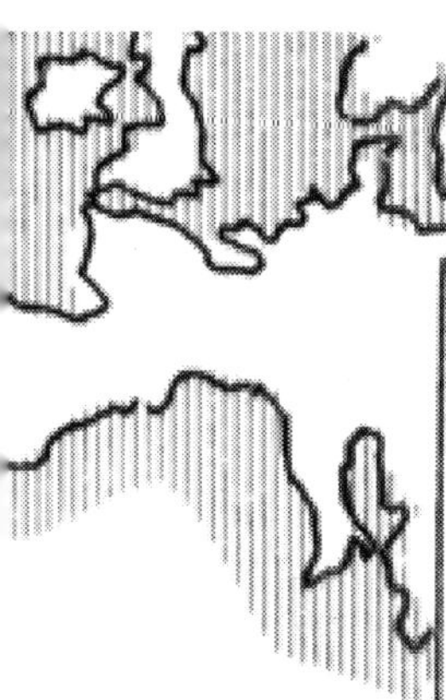

மேற்கத்திய நாடுகள்

மேற்கத்திய நாடுகள் 19ஆம் நூற்றாண்டுவரை ஜென் பற்றிக் கேள்விப்பட்டிருக்கவே இல்லை. அந்தச் சமயத்தில் தான், ஆசிய மதங்கள் குறித்த ஆர்வம் பொதுவாக வளர்ந்து கொண்டிருந்தது. சில மேற்கத்திய தத்துவ ஞானிகளும், கலைஞர்களும் கிழக்கத்திய மேதமையை மனம் திறந்து சிலாகித்தனர்; பல கிழக்கத்திய நூல்கள் முதல் தடவையாக மேற்கத்திய மொழிகளில் மொழிபெயர்க்கப்பட்டன. 1875இல் பிரம்ம ஞான சபை தோற்றுவிக்கப்பட்டது. இதுதான் கிழக்கத்திய போதனைகளை மேற்கில் பரப்பிய முக்கிய கருவி. 1893இல் முதலாவது உலக மதங்களின் பாராளுமன்றம் அமெரிக்காவில் நடத்தப்பட்டது. ஆசியாவிலிருந்து சென்ற பல அழைப்பாளர்களில் ஜப்பானைச் சேர்ந்த சோயென் ஷக்கு குருவும் இருந்தார். இவர்தான் மேற்குக்கு சென்ற முதல் ஜென் குரு. இவருடைய மாணவர் டி.டி. சுசுகி, மேற்கத்திய மக்களுக்கு ஜென்னை விளக்கும் முதலாவது புலமைசார் மொழிபெயர்ப்பாளராக விளங்கினார். சோயென் ஷக்குவின் மற்றொரு சீடரான நியோகென் சென்ஸகி, லாஸ் ஏஞ்சல்ஸ் நகரில் குடியேறினார். ஓவியரும் ஜென் குருவுமான ஸோகே-அன் நியூயார்க் நகரத்தில் ஃபஸ்ட் ஜென் இன்ஸ்டிடியூட் ஆஃப் அமெரிக்கா என்னும் நிறுவனத்தை நிறுவினார். முன்பு இதே நிறுவனம் த புத்திஸ்ட் சொஸைட்டி ஆஃப் அமெரிக்கா என்று அழைக்கப் பட்டது. ஸோகே-அன்னின் மனைவி ரூத் ஃபுல்லர் சசகியும் ரின்ஸை ஜென்னை மேற்குக்குக் கொண்டுவந்ததில் முக்கியப் பங்காற்றினார். 1945இல் ஸோகே-அன்னின் இறப்புக்குப்பின் அவர் மனைவி, கியோட்டாவில் இருக்கும் டய்டோகூ-ஜி கோயிலில் ரின்ஸை ஜென்னின் பெண் போதகராகி ஜப்பானில் ஃபஸ்ட் ஜென் இன்ஸ்டிடியூட் ஆஃப் அமெரிக்கா என்னும் அமைப்பை ஏற்படுத்தினார்.

இரண்டாம் உலகப் போர், அமெரிக்காவில் இருந்த அத்தனை ஜப்பானியர்களுக்கும் சோதனை மிக்க காலமாக இருந்தது. புதிதாக வருகை தந்திருந்த ஜென் குருக்கள் சிறை முகாம்களில் அடைக்கப் பட்டனர்; ஜென் போதனைக்கும் தற்காலிகமாகத் தடைவிதிக்கப்பட்டது. இந்த முகாமிலிருந்து வெளியே வந்ததும் குரு சோகே-அன், 'மக்கள் சண்டையிடுவதால்தான் ஒருவரை ஒருவர் அறிந்து கொள்கிறார்கள்' என்று கருத்துரை கூறினார்.

சாலையில் திரியும் எங்களைச் சும்மா தர்மா நாடோடிகள் என்று கூப்பிடுங்கள்!

ஜென் 1950களில் மீண்டும் மளமளவென்று வளர்ந்தது. இது புது தலைமுறைகளின் காலம். ஏராளமான கலைஞர்கள் அகத்தூண்டுதலுக்காக ஜென் பக்கம் திரும்பினர். கின்ஸ்பர்க், ஜாக் கெருவாக் மற்றும் குறிப்பாக ஆலன் வாட்ஸ் போன்றவர்கள் இறை நம்பிக்கையை எதிர்க்கும் இறை உருவகங்களை உடைப்பவர்களும்கூட பரவலான மக்களிடம் ஜென் சென்றடைய உதவி செய்தனர்.

1960களில் தீவிரமான பயிற்சியைத் தொடங்குவதற்குப் போதுமான ஈடுபாடும் போதுமான ஆசிரியர்களும் இருந்தனர். அமெரிக்காவிலும் ஐரோப்பாவிலும் ஜென் மையங்கள், மடாலயங்கள் ஏற்படுத்தப்பட்டன. வியட்நாம் போர் காரணமாக சமாதானத்தையும் மன அமைதியையும் போதிக்கும் நோக்கத்துடன் ஏராளமான வியட்நாமிய ஜென் ஆசிரியர்கள் வந்து குவிந்தனர்.

1970களில் கொரிய ஜென் ஆசிரியர்கள் தங்களுக்கே உரிய மென்மையானதும் மின்னக்கூடியதுமான ஜென்னைக் கொண்டுவந்தனர். இறுதியாக, மேற்கத்திய மாணவர்கள் சிலர், கையளிப்பதற்கு சிறப்புரிமை ஈட்டி தர்மத்தைத் தொடர்ந்து பரவலாக்கினர்.

இன்று, மேற்குலகில் ஜென் மையங்கள் வித்தியாசமாகப் பார்க்கப் படுவதில்லை. இருந்தாலும், மேற்குலகில் ஜென் சரியான வடிவை எடுத்து விட்டது என்று சொல்ல இன்னும் கொஞ்சம் பொறுத்திருக்க வேண்டும்.

ஜென்னும் கலைகளும்

வெளிப்பாடுதான் ஒரு கலைஞனுக்கான வாழ்வின் மதிப்பாக இருக்கிறது. ஞானம் அடைந்த ஒருவருக்கு, வாழ்வின் மூலாதாரம், வாழ்வின் வெளிப்பாடு ஆகிய இரண்டுமே ஒன்றுதான். ஞானம் பெற்ற ஜென் கலைஞர் மூலத்தோடு ஒன்றாகிறார். மேலும் தன்னியல்பும் தனித்துவமும் இயற்கையில் உள்ள ஒவ்வொன்றையும் வடிவமைப்பது போல அவருடைய கலையும் உலகத்திற்குள் வெளிப்படுகிறது.

ஜென் கலை மாணவருக்கான கற்றல் செயல்பாடும் ஞானம் பெறுவதற்கான செயல்பாடும் ஒன்றாகவே இருக்கிறது. ஒருவர் தன் சொந்த வழியிலிருந்து வெளியேறுவதற்கு அகந்தையைக் கரைப்பது கடினமானப் பணியாக இருக்கிறது.

இங்கு வில்வித்தை கலை பற்றி ஜென்னிலிருந்து ஒரு மேற்கோள். இதில் வில் வித்தை பயிலும் மாணவனுக்குக் குரு பயிற்றுவிக்கிறார்:

'ஒரு சாதாரண மூங்கில் இலையிலிருந்து என்ன நிகழ்கின்றது என்பதை நீ கற்றுக்கொள்ளலாம். பனித்துளியின் கனம் அழுத்த அழுத்த, அந்த இலை தன்னைத் தாழ்த்திக்கொண்டே போகிறது. திடீரெனப் பனித்துளிகள் நிலத்தில் விழ, இலையில் எந்தச் சலனமும் இல்லை. அழுத்தத்தின் உயர்நிலைப் புள்ளியில் உன்னிலிருந்து குறி எய்தப்படும் வரை அதைப்போல இரு. எப்போது அந்த அழுத்தம் தீர்க்கப்படுகிறதோ அப்போது குறி கட்டாயமாக எய்தப்பட வேண்டும்; எப்படி மூங்கில் இலையிலிருந்து பனித்துளி விழுந்ததோ அப்படி எய்துபவனிடமிருந்து அதை அவன் யோசிப்பதற்கு முன்பே கட்டாயம் அம்பு எய்தப்பட வேண்டும். ஆகவே, அதுதான் உண்மை.'

ஜென் குரு தன் போதனையைக் கவிதையாக, அலங்கார எழுத்துக்களாக (காலிகிராஃபியாக) வெளிப்படுத்துவது மரபு. நிச்சயமாக அவர்களில் சிலர் சிறப்பான வரம் வாங்கி வந்தவர்கள். குரு ஹகுயினிடமிருந்து ஓர் எடுத்துக்காட்டு இதோ:

‘ஹே, துறவி!
அற்புதங்களின் அற்புதமாக
நீ இன்று ஸாஜென் செய்கிறாயே.’
‘நீச்சயம்!’

கலைகளில் எவை ஜென் பயிற்சியிலிருந்து வளர்ந்தன அல்லது ஜென்னால் பெருமளவுக்குத் தாக்கம் பெற்றன:

தற்காப்புக் கலைகள்

ஹைகூ கவிதை

ஓவியம்

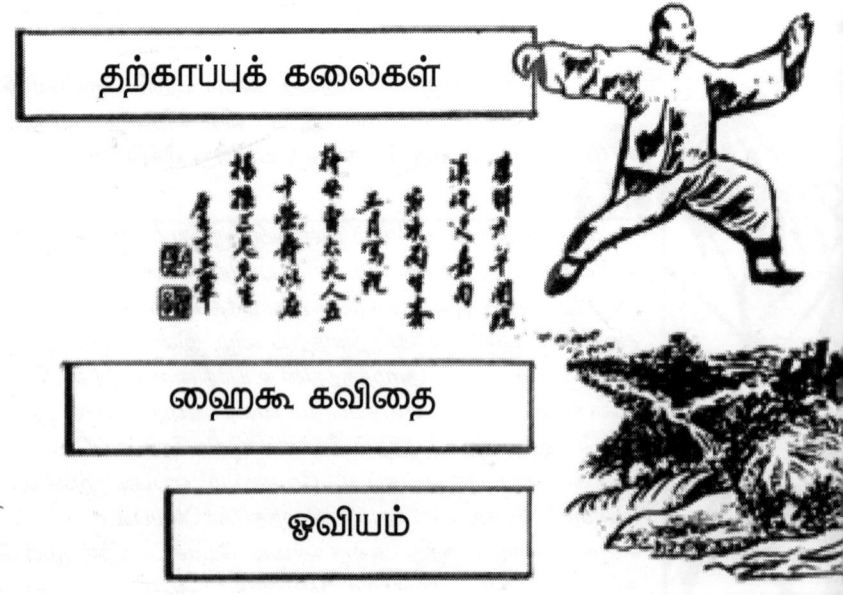

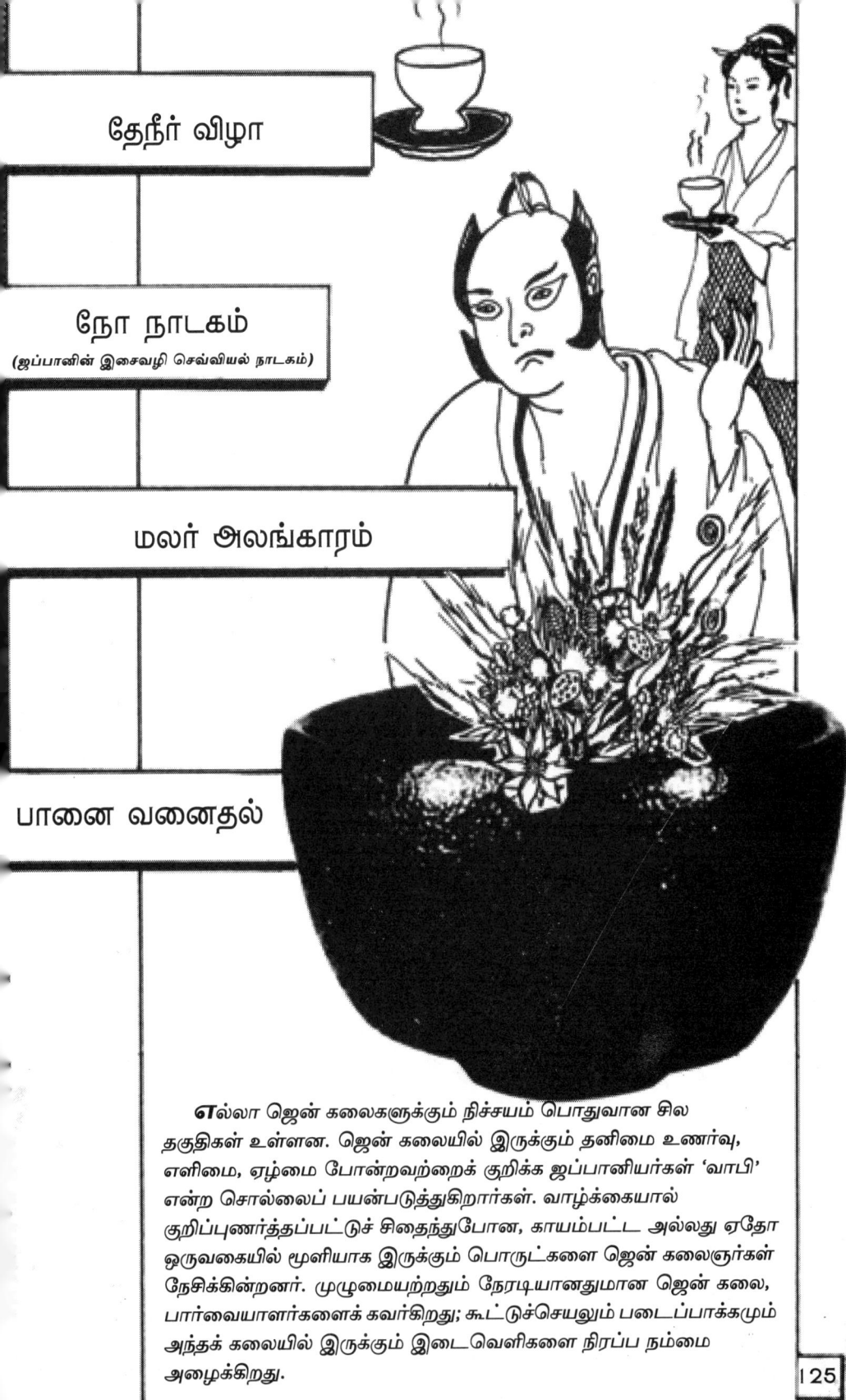

தேநீர் விழா
நோ நாடகம்
(ஜப்பானின் இசைவழி செவ்வியல் நாடகம்)
மலர் அலங்காரம்
பானை வனைதல்

எல்லா ஜென் கலைகளுக்கும் நிச்சயம் பொதுவான சில தகுதிகள் உள்ளன. ஜென் கலையில் இருக்கும் தனிமை உணர்வு, எளிமை, ஏழ்மை போன்றவற்றைக் குறிக்க ஜப்பானியர்கள் ‘வாபி’ என்ற சொல்லைப் பயன்படுத்துகிறார்கள். வாழ்க்கையால் குறிப்புணர்த்தப்பட்டுச் சிதைந்துபோன, காயம்பட்ட அல்லது ஏதோ ஒருவகையில் மூளியாக இருக்கும் பொருட்களை ஜென் கலைஞர்கள் நேசிக்கின்றனர். முழுமையற்றதும் நேரடியானதுமான ஜென் கலை, பார்வையாளர்களைக் கவர்கிறது; கூட்டுச்செயலும் படைப்பாக்கமும் அந்தக் கலையில் இருக்கும் இடைவெளிகளை நிரப்ப நம்மை அழைக்கிறது.

மிகவும் தனிப்பட்ட கருத்துள்ள ஒரு ஜென் கவிதைக்கு மற்றுமோர் எடுத்துக்காட்டு:

நான் தனியே வந்தேன் தனியே இறப்பேன்; காலங்களுக்கு இடையே பகலிலும், இரவிலும் தனியே உள்ளேன்.

- குரு சென்கை

கவிஞர் பாஷோ மிகவும் புகழ்பெற்ற தன் ஹைகூ கவிதையை எப்படி எழுதினார் என்பது குறித்துப் பல கூற்றுகள் இருக்கின்றன. இது தற்காலக் கொரிய ஜென் குருவான ஷங்-ஸான் என்பவரால் சொல்லப்பட்டது:

‘ஒரு காலத்தில் பாஷோ என்ற மாபெரும் ஜப்பானியக் கவிஞர் இருந்தார். மிகவும் துடிப்பான இளைஞரான அவர், தீவிரமான புத்த ஞானியாகப் பல சூத்திரங்களைக் கற்றறிந்தார். அவர் புத்தத்தைப் புரிந்துகொண்டதாக நினைத்தார். ஒரு நாள், ஜென் குரு டக்குவானைச் சந்திக்கச் சென்றார். அவர்கள் வெகுநேரம் உரையாடினார்கள். குரு ஏதேனும் சொல்லும்போது, பாஷோ அதற்கு எதிர்வினையாக, மகத்தான கடினமான சூத்திரங்களிலிருந்து மேற்கோள் காட்டி நீண்ட பதிலைச் சொன்னார்.

கடைசியில் குரு சொன்னார்,

'நீங்கள் ஒரு பெரும் புத்த ஞானி; பெரிய மனிதர். எல்லாவற்றையும் புரிந்துவைத்திருக்கிறீர்கள். ஆனால், நாம் பேசிக்கொண்டிருந்த பெரும்பாலான சமயத்தில், புத்தர் அல்லது முக்கியமான குருக்களின் வார்த்தைகளை மட்டுமே பயன்படுத்தினீர்கள். மற்றவர்களின் வார்த்தைகளைக் கேட்க நான் விரும்பவில்லை. உங்களுடைய சொந்த வார்த்தைகளைக் கேட்க விரும்புகிறேன், அவை உங்களுடைய உண்மையான சுயத்தின் வார்த்தைகள். விரைவாக இப்போதே – உங்களுக்குச் சொந்தமான ஒரு வரியைத் தாருங்கள்.'

பாஷோ பேச்சற்றுப் போனார். அவர் மனம் பரபரத்தது.

'எனது சொந்த வார்த்தைகள் - அவை என்னவாக இருக்கும்?'

'நான் என்ன சொல்வது?'

ஒரு நிமிடம் கழிந்தது. அடுத்து இரண்டு, பிறகு பத்து. அதன் பின்னர் குரு சொன்னார்:

நீங்கள் புத்தத்தைப் புரிந்திருப்பீர்கள் என நினைத்திருந்தேன். ஏன் நீங்கள் எனக்குப் பதில் சொல்லவில்லை?

பாஷோவின் முகம் சிவந்தது; சட்டென அவரது மனது நின்றது. அது வலப்புறமோ இடப்புறமோ, முன்னாலோ பின்னாலோ அசைய முடியவில்லை. உடைத்துச் செல்ல முடியாத ஒரு சுவருக்கு எதிரே அது சமைந்து நின்றது. அதன் பிறகு, மிகவும் பரந்த வெறுமை மட்டுமே.

128

திடீரென, அப்போது மடாலயத் தோட்டத்திலிருந்து ஒரு சப்தம் கேட்டது. உடனே பாஷோ குருவிடம் திரும்பிச் சொன்னார்.

சலனமற்ற குளம்
ஒரு தவளை குதிக்கிறது
தொபுக்கடீர்!

குரு வாய்விட்டுச் சிரித்துக்கொண்டு சொன்னார்:
நல்லது! இவைதான் உங்கள்
உண்மையான சுயத்தின் வார்த்தைகள்!'

பாஷோவும் சிரித்தார். அவருக்கு ஞானம் பிறந்தது.

'முற்றும்'.

மேலும் இதோ, இன்னொரு தவளை ஹைகூவில் நடிக்கும். இது கிகாகு (1660-1707) என்பவரால் எழுதப்பட்டது:

ஒரு சிறு தவளை
வாழை இலையில் பயணம் செய்கிறது,
நடுங்கியபடி.

டாக்டர் ஆர்.ஹெச். பிளைத், ஹைகூ கவிதையின் வல்லுநர். ஹைகூவின் திறனுக்கு இப்படி விளக்கம் தருகிறார்:

ஒவ்வொரு பொருளுமே விடாமல் சட்டத்தைப் (தர்மம்) போதிக்கிறது. ஆனால், இந்தச் சட்டம் என்பது அந்தப் பொருளிலிருந்தே வேறுபட்ட ஒன்றல்ல. ஹைகூ இந்தப் போதனையை, நமது எல்லாவிதமான மனக்கோணல்கள் மற்றும் உணர்வுமயமான நிற மாற்றங்கள் ஏதுமின்றி வெளிப்படுத்தி அந்த விஷயத்தை நமக்களிக்கிறது; அல்லது இன்னும் சரியாகச் சொல்வதெனில், மனதுக்கு உள்ளும் புறமும் ஒரே நேரத்தில் அந்தப் பொருள் எப்படி முழு நிறைவானதாக, அகவயமானதாக, நம் சுயம் அந்தப் பொருளிலிருந்து பிரிக்கப்பட முடியாததாக, அந்தப் பொருளும் தனது அசலான தன்மையுடன் நமக்குள் ஒன்றியிருப்பதை ஹைகூ வெளிப்படுத்திக் காட்டுகிறது.

இதுதான் இயற்கையை நோக்கித் திரும்புவதற்கான பாதை, நமது சந்திரனைப்போன்ற இயல்பு, நமது மல்லிகை மலர்களைப் போன்ற இயல்பு, நமது இலை விழுவதைப் போன்ற இயல்பு, சுருக்கமாகச் சொன்னால் நமது புத்த இயல்பு.

குளிரும் பனிக்கால மழையும்,
மாலைப்போதின் குருவிகளும்,
வெப்பமான பகல்பொழுதும்,
நெடிய இரவும் என அனைத்தும்
இவ்விதமே உயிர்பெறுகின்றன;
நமது மனித இனத்துடன் பகிர்கின்றன;
அவை தமது தனித்துவமிக்க
மௌனமான, உணர்ச்சி மிகுந்த
மொழியில் பேசுகின்றன.

ஜப்பானில் காமகுரா காலத்தில் யுத்த பிரபுவாக இருந்த ஹோஜோ டோகியோரி *(1227-1263)* என்பவர்தான் சாமுராய் வீரர்களுக்கானப் பயிற்சிக்கு ஜென் மதிப்புமிக்கதாக இருக்கும் என்று முதலில் உணர்ந்தார். அதன் பிறகு, சாமுராய் ஷோகன்கள், ஜென்னின் முதன்மையான புரவலராக இருந்தார். கத்திச்சண்டையில் நிபுணத்துவம் அடைய ஒரு சாமுராய் உயிருடன் இருக்கும்போதே, மரணத்துக்குள் புகுந்துவருவது அவசியம் என்று சொல்லப்படுவதுண்டு. அவன் மரணத்தைப் பயமின்றி எதிர்கொள்ள வேண்டும். தங்களது சீடர்களான போர்வீரர்களுக்குக் கத்திச்சண்டையின் மூலமாகவே ஜென்னைத் தங்களால் போதிக்க முடியுமென ஜென் குருக்கள் விரைவிலேயே உணர்ந்தனர். மாபெரும் சாமுராயான யாக்யு டாஜிமாவுக்கு டக்குவான் குரு எப்படிப் பயிற்சி கொடுத்தார் என்பது பற்றி இதோ:

உன்னைத் தாக்க வரும் வாளை நீ பார்க்கிறாய் என்பதில் சந்தேகமில்லை. ஆனால், உன் மனதை அங்கேயே நிற்கவிடாதே. உன் எதிரியின் பீதியூட்டும் நகர்வுக்கு எதிர்வினையாற்றும் விதமாக, அவனை எதிர்த்துத் தாக்கும் நோக்கமோ, உன்னைத் தற்காத்துக்கொள்ள நினைக்கும் சிந்தனைகளோ எதுவும் வேண்டாம். எதிரியின் நகர்வை மட்டுமே கருத்தூன்றிப் பார்.

அதோடு நிறுத்த உன் மனதை அனுமதிக்காமல்,
உன் எதிரியை நோக்கி நீ இருக்கும்படியே
நகர்ந்து, அவனது தாக்குதல் அவன் பக்கமே
திரும்புமாறு செய். அதன் பிறகு உன்னைக் கொல்ல
வேண்டும் என்ற நோக்கத்துடன் இருக்கும் அவனது
வாள், உனக்குச் சொந்தமாகி அந்த ஆயுதம் உன்
எதிரியின் மீதே விழுந்துவிடும்.

மேலும்,

மனம் எவ்விடத்திலும் நிலைகொள்ளாதிருக்க முயற்சி செய்.
ஆனால், அதை முழு உடலிலும் நிரம்பவிடு;
உன் உயிர் முழுவதும் அதைப் பாயவிடு. இது நிகழும்போது,
எங்கு கைகள் தேவையோ அங்கு அவற்றைப் பயன்படுத்து;
கால்களையோ கண்களையோ எங்கு தேவையோ அங்கு
பயன்படுத்து; இதனால் காலமோ, ஆற்றலோ விரயமாகாது.

இந்தக் கோட்பாடுகள் ஐகிடோ மற்றும் வேறு பல தற்காப்புக் கலைகளுக்கு இன்று அடித்தளமாகிவிட்டன.

ஜப்பானின் சுமியே பாணி தூரிகை ஓவியங்களில் ஜென் இணைந்திருக்கிறது. சுமியே ஓவியத்தின் அழகியல் தேவைகள் நன்கு வரையறுக்கப்படுகின்றன. ஒருவர் தன் ஆத்ம பலத்தை ஓவியத்துக்குள் கடத்தும் திறமைதான் அதில் முதன்மையானது. இது அனுபவத்தின் தன்னியல்பாகவும் நேரடியாகச் சூழலுக்கு ஏற்ற விஷயமாகவும் இருக்கிறது. ஒரு தடவை தூரிகையின் வீச்சுக் கோடு இடப்பட்டால், அதைச் சரிசெய்ய முடியாது. ஓவியங்கள் வடிவோடு எளிமையாக ஏறக்குறைய வெறுமையாக இருக்கின்றன. வித்தியாசத்தை உணர்த்த வெண்ணிறப் பின்னணியில், கறுப்பு மையால் அழுத்தமாகச் சித்திரிக்கிறது. அதோடு, பொருள்களின் ஆழ்ந்த இரக்கம் உயிர்ப்புடன் அதற்குப் பின்னால் இருக்கும் பரந்த வெறுமையான இடத்தில் இருக்கிறது. முன்கூட்டியே தீர்மானிக்கப் பட்ட ஒழுங்கான விதிகள் அல்லது கண்ணோட்டம் இல்லாமல், வடிவத்தைவிட ஆற்றலின் வேகத்துக்கு அழுத்தம் கொடுக்கப்படுகிறது.

சீன ஓவியர் சின் நுங் ஒருமுறை சொன்னார்:

நீ துல்லியமாகக் கிளையை வரைந்து விடு,
உன்னால் காற்றின் ஓசையைக் கேட்க முடியும்.

ஜென் குரு இக்கியூ எழுதினார்:

என்ன இது, இதயமா?
மை ஓவியத்தில் பைன் மரத்தின்
தென்றல் சலசலக்கிறது.

ஜென் கலையின் மிக முக்கியமான மரபுவழி வடிவங்களில் ஒன்று, இரங்கற்பா அல்லது 'கடா'. ஜென் குருக்கள் மரணத்திற்கு முன்பு சப்பணமிடப்பட்டு, தியான நிலைக்குப் போவதற்குச் சற்று முன்பாக, தமது போதனையைச் சீடர்களுக்கு நான்கு வரிகளில் செய்யுளாக எழுதுவதே 'கடா'. அவர்களில் சிலர் எப்படி அந்த நற்குறியுள்ள தருணத்தைக் கையாண்டிருக்கிறார்கள், இதோ:

'என் உயில்வழிக் கொடை என்னவாக இருக்கும்?
வசந்த காலத்தின் மலர்கள்,
குன்றுகளில் இருக்கும் குயில்கள்,
இலையுதிர் காலத்தின் இதழ்கள்.'

- குரு ரியோகான்

ஒரு குரு கடாவுக்காக 'வற்புறுத்தப்பட்ட'போது,
கடைசியில் பதிலளித்தார்:

இப்படித்தான் வாழ்க்கை,
இப்படித்தான் சாவு,
கடா இருக்கிறதோ இல்லையோ
வீண் ஆர்ப்பாட்டம் எதற்கு?

- குரு?

ஜென் நடைமுறை சாத்தியத்தின் உண்மைத் தன்மையை இன்னொரு குரு காண்பித்தார். வாழ்வின் கடைசி நாளில் அவர் அறுபது அஞ்சலட்டைகளை எழுதினார்; தன் உதவியாளர் மூலம் அவற்றை அனுப்பி வைக்கும்படிக் கூறினார். அதன் பிறகு, தன் பஞ்சணையின்மீது அமர்ந்து உயிர் துறந்தார். அந்த அஞ்சலட்டைகளில்:

நான் இந்த உலகிலிருந்து விடைபெறுகிறேன்.
இதுதான் என் கடைசி அறிவிப்பு.
டான்ஸான்,
ஜூலை 27, 1892

அன்றாட வாழ்வில் ஜென்

அப்போ, சட்டோரிக்குப்பிறகு என்ன நிகழும்?

நமது வாழ்வின் முழுமையான இருப்பையும் நடத்தையையும் வாழ்வைப் பாதிக்கும் அனைத்து அம்சங்களை – ஒருமுகச் சிந்தனை, முழு மனதோடு இருத்தல், நேரடியாக கண்டுணர்தல், நெருக்கம், வலிந்து தாக்காமை, தன்னியல்பான நிலை ஆகியவற்றால் முழு நிலைமாற்றம் பற்றி ஜென் போதிக்கிறது. முற்றிலும் மாற்றிவிட முடியுமென ஜென் போதிக்கிறது.

ஏனென்றால், எல்லாமே தொடர்ந்து மாறிக்கொண்டே இருக்கின்றன என்பதை ஜென் புத்தர்கள் நம்புகிறார்கள். கடந்த காலத்தை இறுகப் பற்றிக் கொண்டிருப்பது அல்லது எதிர்காலத்தைச் சூழ்ச்சித் திறத்துடன் கையாளுதல் ஆகியவற்றுக்குப் பதிலாக, அவர்கள் வாழ்வின் இயல்பான ஓட்டத்தில் வெளிப்படையாகப் பயிற்சி செய்கிறார்கள்.

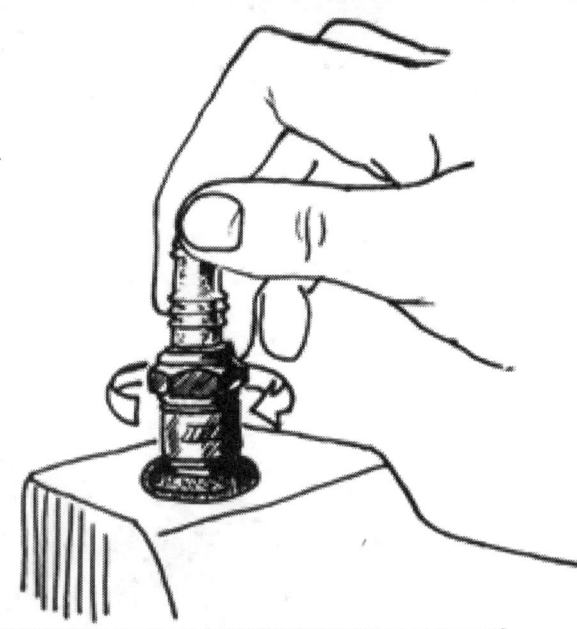

இதுவே பற்றித் தொங்காத அல்லது பற்றின்றி இருப்பது என்று சொல்லப்படுகிறது. 'ஒரு மரத்தைச் சுற்றும் ஓர் அம்பைப் பின்தொடர்வது' என்றும்கூட இது அழைக்கப்படுகிறது.

புத்த துறவிகள் பணிவு, ஏற்பது போன்ற குணாம்சங்களை வளர்த்தெடுக்கும் பொருட்டு, தங்களின் அன்றாட உணவுக்குப் பிச்சை பெறுவதைப் பழக்கமாகக் கொண்டிருக்கின்றனர். பிச்சையாகப் பெற்ற உணவிலிருந்த விஷமேறிய மாமிசத்தைப் புசித்து புத்தர் இறந்ததாகச் சொல்லப்படுவதுண்டு.

எனது அகந்தையைக் குணப்படுத்த உதவுங்கள் - நான் பசியோடு இருக்கிறேன்!

மூன்றாவது ஜென் மூதாதையான செங்-ஷான் கூறினார்:

மாபெரும் வழி மிகவும் எளிமையானது. பொறுக்குவதையும், தேர்ந்தெடுப்பதையும் மட்டும் தவிர்த்துவிடுங்கள்.

வேறு வார்த்தைகளில் சொன்னால் நன்மை, தீமை என நமது சொந்தக் கருத்துகளுக்கு அப்பால், மெய்மைநிலைக்கு ஒரு மாபெரும் பரிமாணம் (நிதர்சனம்) இருக்கிறது. ஏனென்றால், உலகின் மீது திணிக்கப்பட்டிருக்கும் எல்லா ஒப்பிடல்களும் நமது கருத்துருவ மனதால் செய்யப்பட்டவைதான். ஒன்றைவிட மற்றொரு வடிவம் மேன்மையானது என்று நம்மால் ஒருபோதும் சொல்ல முடியாது. வாழ்வுத் துணியின் ஒரு பகுதியாய் எல்லா வடிவங்களும் இருக்கின்றன. ஜென் மாணவர்கள் தீர்ப்புகள் வழங்காமல் இருப்பதில் கவனமாக இருக்கிறார்கள். காரணம், அவை நமது அனுபவத்தைக் குறுக்கி, முழுமையைப் பிளவுபடுத்தும்.

141

பற்றின்மையைக் குறிக்கும் ஹகுயின் குருவின் ஒரு சொற்சித்திரம் பின்வருமாறு:

ஹகுயின் குரு தூய்மையான வாழ்க்கையை வாழ்ந்து கொண்டிருக்கிறார் என்று அவருடைய அண்டை வீட்டினர் புகழ்ந்தனர். உணவு தானியங்கள் விற்பனை செய்யும் கடையின் உரிமையாளர் குடும்பம் ஒன்றும் அவர் வீட்டுக்கு அருகில் வசித்தது. திடீரென எந்தவித முன்னறிவிப்பும் இன்றி, தங்கள் மகள் கர்ப்பமாக இருப்பதை அந்தப் பெற்றோர் அறிந்தனர். அவர்கள் கோபத்தால் கொந்தளித்தனர். மகளோ, குழந்தையின் தந்தை யார் என்பதைச் சொல்ல சம்மதிக்கவே இல்லை. ஆனால், அவளை மிகவும் துன்புறுத்திய பிறகு கடைசியில், அவள் ஹகுயின் பெயரைச் சொன்னாள்.

ஆத்திரம் கொண்ட பெற்றோர் குருவிடம் போனார்கள். ஹகுயின், 'அப்படியா?' என்று மட்டும் கூறினார்.

மகளுக்குக் குழந்தை பிறந்ததும் அதை ஹகுயினிடம் கொடுத்து விட்டனர். இந்தச் சம்பவத்தால், அவருடைய புகழை இழந்தார். அதற்காக அவர் கவலைப்படவில்லை. ஆனால், அவர் அந்தக் குழந்தையை மிகவும் பக்குவமாகப் பார்த்துக்கொண்டார். அந்த சிசுவுக்குப் பாலைத் தவிர வேறெந்தத் தேவையும் இல்லை. அண்டை வீட்டினர்களிடமிருந்து ஹகுயின் பாலை வாங்கினார்.

ஒரு வருடம் கழிந்தது. குழந்தை பெற்ற பெண்ணால் அதற்கு மேல் தாங்க முடியவில்லை. அவள் பெற்றோரிடம் உண்மையைச் சொன்னாள். குழந்தையின் உண்மையான தந்தை மீன் சந்தையில் வேலை பார்க்கும் ஓர் இளைஞன்.

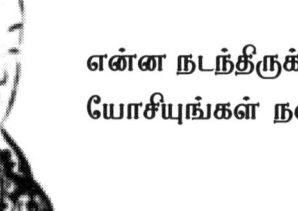

என்ன நடந்திருக்குமென யோசியுங்கள் நண்பர்களே?

அந்தப் பெண்ணின் பெற்றோர் மீண்டும் ஹகுயினைச் சந்தித்து நீண்ட நேரம் மன்னிப்புக் கேட்டனர். அதோடு, குழந்தையை மறுபடியும் கேட்டு வறுபுறுத்தினர். சம்மதித்த ஹகுயின் குழந்தையை அவர்களிடம் நீட்டியபடியே கூறினார்: 'அப்படியா?'

அப்படியா?

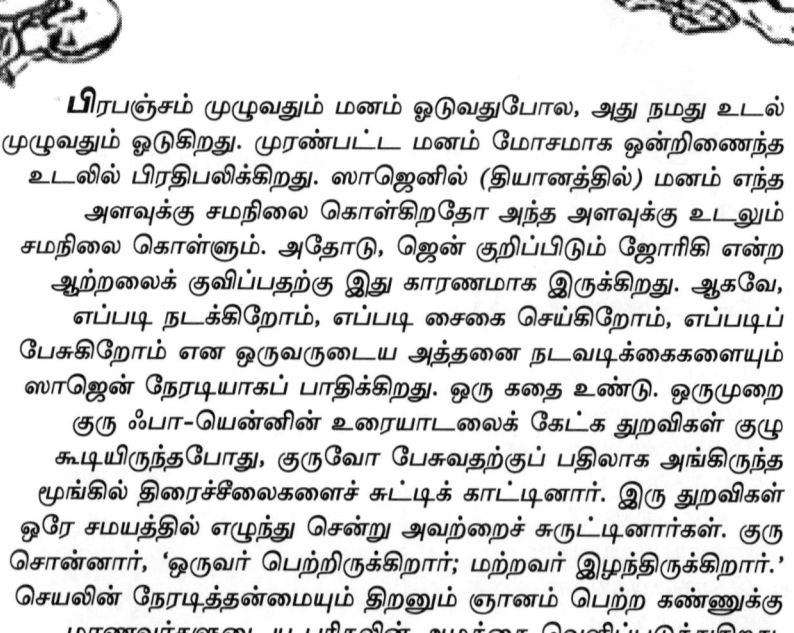

பிரபஞ்சம் முழுவதும் மனம் ஓடுவதுபோல, அது நமது உடல் முழுவதும் ஓடுகிறது. முரண்பட்ட மனம் மோசமாக ஒன்றிணைந்த உடலில் பிரதிபலிக்கிறது. ஸாஜெனில் (தியானத்தில்) மனம் எந்த அளவுக்கு சமநிலை கொள்கிறதோ அந்த அளவுக்கு உடலும் சமநிலை கொள்ளும். அதோடு, ஜென் குறிப்பிடும் ஜோரிகி என்ற ஆற்றலைக் குவிப்பதற்கு இது காரணமாக இருக்கிறது. ஆகவே, எப்படி நடக்கிறோம், எப்படி சைகை செய்கிறோம், எப்படிப் பேசுகிறோம் என ஒருவருடைய அத்தனை நடவடிக்கைகளையும் ஸாஜென் நேரடியாகப் பாதிக்கிறது. ஒரு கதை உண்டு. ஒருமுறை குரு ஃபா-யென்னின் உரையாடலைக் கேட்க துறவிகள் குழு கூடியிருந்தபோது, குருவோ பேசுவதற்குப் பதிலாக அங்கிருந்த மூங்கில் திரைச்சீலைகளைச் சுட்டிக் காட்டினார். இரு துறவிகள் ஒரே சமயத்தில் எழுந்து சென்று அவற்றைச் சுருட்டினார்கள். குரு சொன்னார், 'ஒருவர் பெற்றிருக்கிறார்; மற்றவர் இழந்திருக்கிறார்.' செயலின் நேரடித்தன்மையும் திறனும் ஞானம் பெற்ற கண்ணுக்கு மாணவர்களுடைய புரிதலின் ஆழத்தை வெளிப்படுத்துகிறது.

நாம் மற்றவர்களுடன் பழகும் விதத்தையும்கூட ஜென் பயிற்சி பாதிக்கிறது. குரு ரின்ஸை, 'ஒருவருக்கொருவர் பழகுவதில் மக்கள் எப்போதுமே இந்த மூன்று வகை உறவுகளில் ஏதாவது ஒன்றில் இருக்கின்றனர்' என்றார்.

1 விருந்தோம்புநர்-விருந்தினர்

யதார்த்தத்துடன் தொடர்பு வைத்திருக்கிறார் விருந்தோம்புநர்; குழப்பத்தில் இருக்கிறார் விருந்தினர்.

2 விருந்தினர்-விருந்தினர்

என்ன நடந்து கொண்டிருக்கிறது என இருவருக்கும் தெரியவில்லை.

3 விருந்தோம்புநர்-விருந்தோம்புநர்

இருவருமே ஞானம் பெற்றவர்கள். இதை இப்படியும் சொல்வதுண்டு: 'இரவில் இரண்டு திருடர்கள் சந்தித்துக்கொள்ள சட்டென்று ஒருவரையொருவர் தெரிந்துகொண்டனர்.'

குரு ரின்ஸை சொன்னார், வழியைப் பின்பற்றுபவர்களில், யார் இப்போது தர்மத்தைக் கேட்கிறாரோ, அவர் நான்கு மூலகங்களின் (பூதங்களின்) அடிமை அல்ல; அவர் ஒருவரால்தான் நான்கு மூலகங்களைப் பயன்படுத்த முடியும். இவ்வாறாக நீங்கள் இதைக் காண முடிந்தால், உங்கள் போக்கிலும் வரவிலும் சுதந்திரமாகிவிடுவீர்கள்.

பரிபூரணம் பெற்ற ஒரு ஜென் மாணவர், சூழலைத் தன் கட்டுப்பாட்டுக்குள் வைத்துக்கொள்வார்; எந்த வகையிலும் சலனப் படாமல் அவர் முழு சுதந்திரத்துடன் இருக்கிறார். அதே சமயம், அவனோ அவளோ என்ன நிகழ்ந்து கொண்டிருக்கிறதோ அதில் முழு ஈடுபாட்டுடன் இருக்கிறார்கள்.

நவீன ரோஷி (ஆசிரியர்) பிலிப் கப்லோ எழுதுகிறார்: இந்த ஈடுபாட்டுக்கு இரண்டு படிகள் உள்ளன: கவனத்துடன் இருக்கும் நிலை, கவனமில்லாத நிலை.

இவை உள்வாங்கிக்கொள்வதன் இரு வேறுபட்ட கோணங்கள் மட்டுமே.

கவனத்துடன் இருக்கும் நிலை, இதில் ஒருவர், எந்தச் சூழல் குறித்தும் முழு கவனம் கொண்டவர். ஆகவே அதற்கேற்ப முறையாக வினையாற்ற எப்போதுமே திறனுடன் இருக்கிறார். உணர்வோடு இருக்கிறேன் என்பதை உணர்ந்தவராக இருக்கிறார்.

மறுபக்கத்தில், 'கவனமில்லாத நிலை' அல்லது 'சிந்தையற்ற நிலை' என்றும் அழைக்கப்படுகிறது. இந்நிலையில், சுய விழிப்புணர்வின் சுவடு இல்லாமல் அப்படியே முழுமையாக உள்வாங்கிக்கொள்ளுதல் ஆகும்.

பண்டைய புத்த சூத்திரம் சொல்கிறது:

எதைப் பார்க்கிறாயோ அதை மட்டுமே பார்;
எதைக் கேட்கிறாயோ அதை மட்டுமே கேள்;
எதைப் புலன்களால் உணர்கிறாயோ அதை மட்டுமே உணர்; எதை யோசிக்கிறாயோ அதை மட்டுமே யோசி.

வாழ்வைப் பரிசுத்தமாக, நேரடியாக வரவேற்பது இப்படித்தான். இது கடைசியில், பிரபஞ்ச மனம் ஒன்றே என்ற முழுமுற்றான உண்மையை ஜென் மாணவர்களுக்கு வெளிப்படுத்துகிறது. ஒரு துறவி குருவிடம், 'ஞானம் அடைவதற்கான வழியைக் காட்டுங்கள்' என்று கேட்டார். குருவோ, 'மலை ஓடையின் முணுமுணுப்பைக் கேட்கிறாயா?' என்று கேட்க, 'ஆமாம், கேட்கிறேன்' என்றார் துறவி.

குரு கூறினார், 'அதுதான் வழி!'

ஜென் போதனைகளின் தனித்தன்மையான பல அம்சங்களில் ஒன்று, தற்சார்பை வலியுறுத்துவது. நாம் ஒவ்வொருவருமே புத்தர் என்று கற்பிக்கிறது ஜென். நாம் புத்தராவதற்குச் செய்யவேண்டியது ஒன்றுமே இல்லை. ஏனெனில் அதுவே நமது உண்மையான இயல்பாக இருக்கிறது (இருந்தாலும் நாம் அடிக்கடி செய்யும் நிறைய விஷயங்களை நிறுத்தவேண்டும்). நடைமுறைகளுக்குக் கொடுக்கப்படும் மரியாதையையும் தாண்டி, ஒரு ஜென் மாணவர் சுயமரியாதையை (உண்மையான சுயத்துக்காக) வளர்த்துக்கொள்ள வேண்டுமென எதிர்பார்க்கப்படுகிறார். இதன் கருப்பொருள் பற்றி குரு ரின்ஸையின் மூன்று மேற்கோள்கள் இதோ:

எனது பேச்சுகளில் நிச்சயமாக உண்மை இல்லை. அப்படி நீங்கள் அதைப் பார்த்தால், பத்தாயிரம் தங்கத் துண்டுகளை ஒரே நாளில் செலவழிக்கலாம் – மகிழ்ச்சியாக இருங்கள்!

தர்ம வழியின் சகோதரர்களே, புத்த யதார்த்தத்தை நீங்கள் கட்டாயம் தெரிந்துகொள்ள வேண்டும். நீங்கள் செய்வதற்குச் சிறப்பாக எதுவுமே இல்லை. குறிப்பாக, எதையேனும் செய்ய வேண்டும் என்றுகூட முயற்சி செய்யாமல் எப்போதும்போல் சாதாரணமாக வாழுங்கள். ஆடைகள் அணிவது, சாப்பிடுவது, களைப்பாக இருந்தால் தூங்கும்போது என உங்கள் இயல்பான தேவைகளைச் செய்யுங்கள்.

அறியாமையில் இருக்கும் மக்கள் என்னைப் பார்த்து நகைத்துவிட்டுப் போகட்டும். அறிவுடையோருக்குத் தெரியும், நான் என்ன சொல்லுவதற்கு விழைகிறேன் என்று.

மேலும்,

தர்ம வழியைப் பின்பற்றுபவர்களே, புத்தரை உயரிய இலக்காகக் கொள்ளாதீர்கள். நானே அவரை ஓர் அந்தரங்கமான துளையாகத்தான் பார்க்கிறேன்; போதிசத்துவர்கள் மனிதர்களைச் சங்கிலியால் கட்டும் உயிரினங்களாகப் பார்க்கிறேன்.

தயவுசெய்து என்னை வழிபடாதீர்கள்!

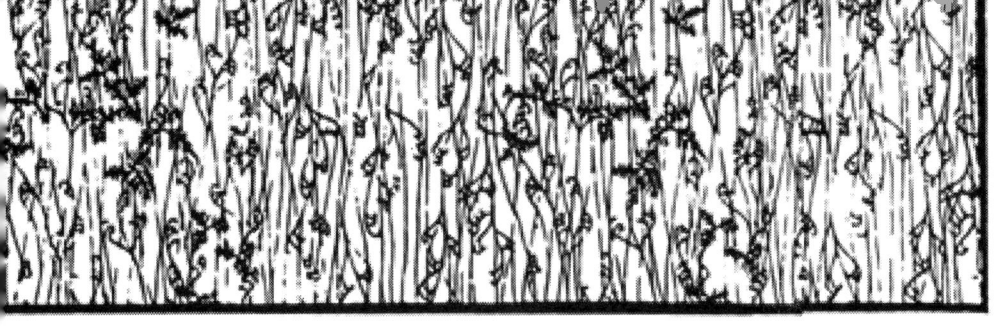

இதே கருப்பொருள் பற்றி, நான்காம் மூதாதை ஜென் குருவான டாவோ-ஷின் கூறினார்:

உன்னிடம் எந்தக் குறைபாடும் இல்லை. புத்தரிடமிருந்து நீயும், உனது சுயமும் எந்த வகையிலும் வேறுபடவில்லை. உன் மனதை அதுவாகவே இருக்கவிடுவதைத் தவிர, புத்த நிலையை அடைய வேறு மார்க்கமில்லை.

ஆகவே, ஜென் மாணவர் மேற்செல்வதற்கோ இயற்கையிடமிருந்து விலகிச் செல்வதற்கோ முயற்சி செய்யவில்லை. ஞானம் அடைந்தவரால் தான், நமது உண்மையான இயல்பைத் தேடிச் செல்லவும் அதை உணர்ந்துகொள்ளவும் முடியும்.

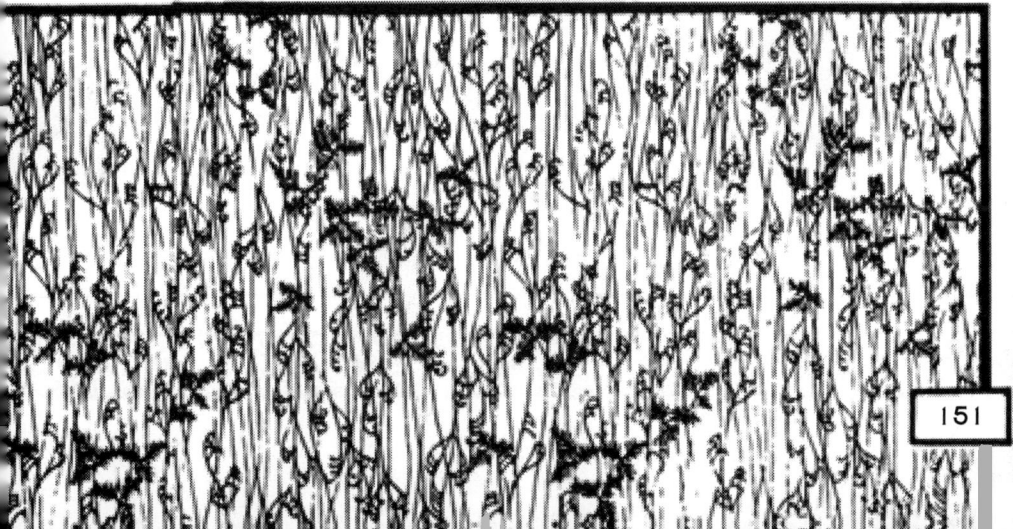

ஜென் என்பது முழுமையான அனுபவப்பூர்வமான மதம். பொருட்கள் எப்படி இருக்கின்றன அல்லது எப்படி இருக்க வேண்டும் என்று மாணவருக்குக் கட்டளை இடுவதைவிட, அவனோ அவளோ தமது சொந்தப் புரிதல் மற்றும் உணர்ச்சிகளால் யதார்த்தத்தை உணர்ந்தடைவதற்காக, அவர்களுக்குத் தரப்படும் வழிவகைகளே ஜென். ஒரு கோப்பை நீரைப் பருகுவதோடு ஜென் ஒப்புமைப்படுத்தப் படுகிறது. நீங்களே அதைக் குடித்தாலே ஒழிய, அதன் சுவையை உணர முடியாது. இந்த நேரடி அனுபவம் முற்போக்கான ஜென் மாணவருக்கு ஓர் உறுதியான தன்னம்பிக்கையை அளிக்கிறது.

நான் முன்னேறிவிட்டதாக ஊகிக்கிறேன்!

ஐந்தாம் நூற்றாண்டு குருவான டாவோ-ஷெங் இத்தகைய தன்னம்பிக்கையைப் பெற்றிருந்தார் என்று ஒரு கதை உண்டு. அவர் சீனாவில் வாழ்ந்த காலத்தில், புத்த குருக்கள், எல்லா வடிவங்களும் அவற்றின் சுயப்பிரக்ஞைக்கு அப்பால் புத்தஇயல்பு கொண்டிருக்க முடியும் என்று நினைக்கவில்லை. டாவோ-ஷெங் நிச்சயமாக எல்லாவற்றுக்குள்ளும் புத்தஇயல்பு இருப்பதாக நம்பினார். இதற்காகவே, அவர் முரண்சமயக் கோட்பாட்டாளராக சித்திரிக்கப்பட்டு அவர் புத்த சமூகத்துக்குள்ளிருந்து வெளியேற்றப்பட்டார். பிறகு, 'நிர்வாண சூத்திரம்' முழுவதும் சீன மொழியில் மொழிபெயர்க்கப் பட்டதும், எல்லா வடிவங்களுமே புத்தஇயல்பைக் கொண்டிருக்கின்றன எனப் புத்தர் போதித்திருப்பது கண்டுபிடிக்கப்பட்டது. ஆனால் அந்தக் காலத்தில், தன் உள்ளுணர்வை மட்டுமே பலமாக நம்பிய டாவோ-ஷெங், அந்த விஷயம் பற்றி வயல் வெளியில் இருந்த பாறைகளுக்கு உரையாற்றி திருப்தி கண்டார். அதைக் கேட்டு அப்பாறைகள் குருவைப் பூரணமாக ஏற்றுத் தலையசைத்தனவாம். பல ஆண்டுகளுக்குப் பிறகு யுங்கன் என்ற குரு, நீண்டகாலமாகவே பாறைகள் அதனிடம் யாரும் பேசுவதற்கு முன்பே தலையசைத்துக் கொண்டிருந்தன. ஆனால், யாரும் அதைப் பொருட்படுத்தவில்லை என்று கருத்துரைத்தார்.

> **ப**றிபோகாத முழுமையான ஞானத்தை எப்படி அடைவது என்பது பற்றி மரியாதைக்குரிய குரு ரின்ஸை சொன்ன சில சத்தான அறிவுரைகளோடு இந்தப் புத்தகத்தை நிறைவு செய்கிறோம்:

'நான் உங்களுக்குச் சொல்கிறேன்: புத்தருமில்லை, தர்மமும் இல்லை, பயிற்சியும் இல்லை, உணர்தலும் இல்லை. எதை நீங்கள் இவ்வளவு தீவிரமாக விரட்டிக் கொண்டிருக்கிறீர்கள்? உங்கள் தலை மேல் இன்னொரு தலையைப் பொருத்திக்கொண்டு இருக்கிறீர்களா, குருட்டு முட்டாள்களே? எங்கிருக்க வேண்டுமோ அங்கே உங்கள் தலை சரியாகத்தான் இருக்கிறது. உங்களிடம் என்ன குறைபாடு இருக்கிறது? வழி வந்தவர்களே, இதோ உங்களுக்குள் செயல்படும் ஒருவர், அவருக்கும் புத்தருக்கும் மூதாதையர்களுக்கும் எந்த வித்தியாசமுமில்லை. ஆனால், இதை நம்ப மறுக்கிறீர்கள். ஆகவே புறத்தில் தேடுகிறீர்கள். ஏமாந்து விடாதீர்கள். புறத்திற்குத் திரும்பினால் அங்கே தர்மம் இருக்காது; அகத்திலிருந்து பெறுவதற்கு ஒன்றும் இல்லை. எனது வார்த்தைகளுடன் உங்களைப் பிணைத்துக்கொள்வதைவிட, அமைதியாக இருங்கள்; மேற்கொண்டு எதையும் தேடாதீர்கள். கடந்த காலத்தைப் பற்றிக்கொண்டு இருக்காதீர்கள், எதிர்காலத்தின் பின்னால் ஓடிப் பேராசையும் கொள்ளாதீர்கள். பத்தாண்டு புனித யாத்திரை செய்வதைவிட இது மேலானது.'

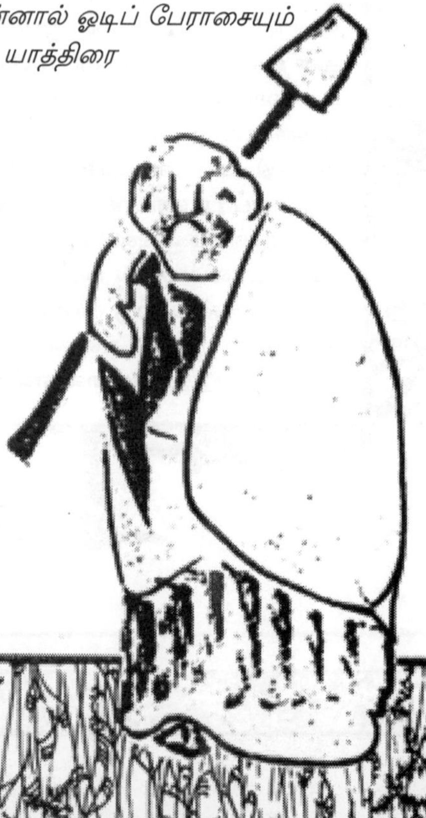

வழி என்ன?
நட!

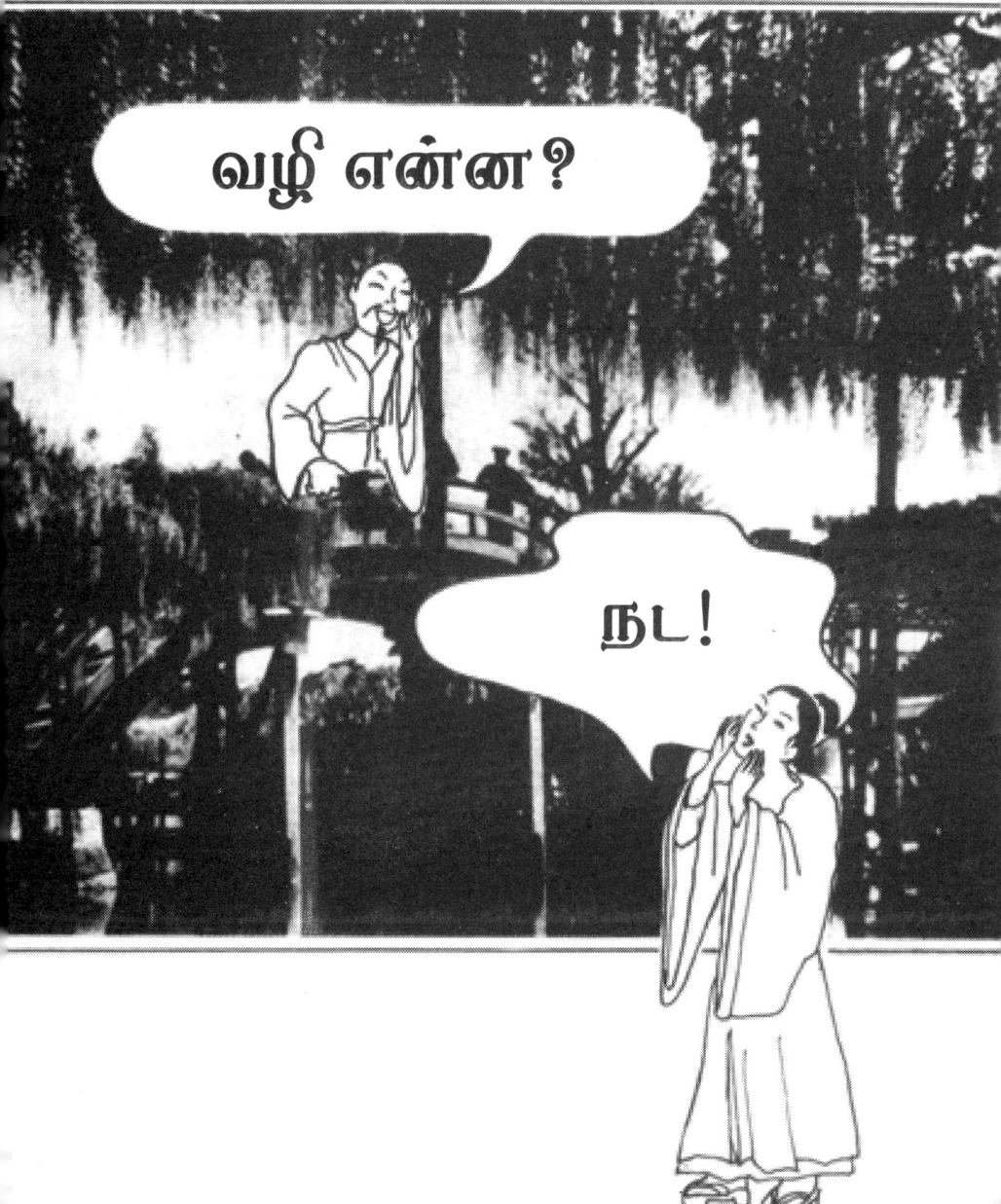

குறிப்புகள்

1. தொடக்ககால வரலாறு

ப.34 செங்-ஷான் மேற்கோள்களிலிருந்து, *Verses on the Faith of The Mind – மனதின் நம்பிக்கை மீதான வசனங்கள்.*

பக்.42-44 ஹுய்-நெங் மேற்கோள்கள், டி.டி.சுஜுகியின் *Zen Buddhism – ஜென் புத்தம்* நூலிலிருந்து (நியூயார்க்: டபுள்டே, 1956)

2. ஜென் கோட்பாடுகள்

ப.50 டி.இஜுசு எழுதிய *Towards a Philosophy of Zen Buddhism – ஜென் புத்த தத்துவத்தை நோக்கி* நூலிலிருந்து ரின்ஸை மேற்கோள் (போல்டர்: கிரேட் ஈஸ்டர்ன், 1982).

ப.52 டி.ஹூவரின் *The Zen Experience – ஜென் அனுபவம்* (நியூயார்க்: நியூ அமெரிக்கன் லைப்ரரி, 1980) நூலிலிருந்து ஹுவை-ஹை மேற்கோள்.

ப.53 செப்போ மேற்கோள் டி.டி.சுஜுகியிலிருந்து, மேற்கூறிய நூல்.

பக்.58, 59 பி.ரெப், *Zen Flesh, Zen Bones – ஜென் மாமிசம், ஜென் எலும்புகள்* (நியூயார்க்: டபுள்டே, 1980) நூலிலிருந்து, சொர்க்கம் நரகம் குறுங்கதை.

பக்.61, 62 ஹோகென் கதை, மேலது.

3. ஜென் பயிற்சி

ப.72 இப்புத்தகத்தின் ஓவியரின் மாமா மற்றும் ரோஸன்ப்ளாட், ஜெஸ்டால்ட் தெரபிஸ்ட் டேனியல் ஆகியோரின் புகைப்படங்களை அடிப்படையாக வைத்து, ஜோஷு மற்றும் துறவியின் உருவப்படங்கள் வரையப்பட்டிருக்கின்றன. இவ்வுருவப்படங்கள் மாமா ரோஸன்ப்ளாட்டின் 60வது பிறந்தநாள் பரிசு.

ப.73 கே.யமதா, *The Gateless Gate – கதவற்ற கதவு* (இண்டியானாபோலிஸ்: சென்டர் பப்ளிஷிங், 1980) நூலிலிருந்து 'மு' கருத்துகள் மேற்கோள் காட்டப்பட்டிருக்கின்றன.

ப.78 மா-ட்சுவின் நல்லொழுக்க விதிகள் குறித்த கருத்துகள், டி.ஹூவரிலிருந்து, மேற்கூறிய நூல்.

ப.81 *Zen and Zen Classics, Volume 2 – ஜென் மற்றும் ஜென் செவ்விலக்கியங்கள் தொகுப்பு 2இல்* - ஆர்.ஹெச்.பிளைத் மேற்கோள், மேலும் நூலில் ஓவியரால் தேர்ந்தெடுக்கப்பட்டு ஆசிரியர்களுக்குத் தெரியாமல் தொகுப்பில் சேர்க்கப்பட்டுள்ளது (டோக்யோ: ஹோகுஷைடோ பிரஸ், 1964).

ப.88 ரின்ஸை மேற்கோள்கள், ஐ.ஷ்லோஜெல், *The Zen Teachings of Rinzai – ரின்ஸையின் ஜென் போதனைகள்* என்னும் புத்தகத்திலிருந்து (பௌல்டர்: ஷாம்பாலா பப்ளிக்கேஷன்ஸ், 1976).

4. பிற்கால வரலாறு

எல்லாக் கதைகளும் டி.ஹூவரிலிருந்து, மேற்கூறிய நூல்,

ப.119 ஆர்.ஃபீல்ட்ஸ் மற்றும் மேரி ஃபர்க்காஸிலிருந்து 'தற்கால வரலாற்றுக் குறிப்புகள்'

5. ஜென்னும் கலைகளும்

ப.123 ஈ.ஹெரிஜெல், *Zen and The Art of Archery – ஜென் மற்றும் வில்வித்தை கலை* நூலிலிருந்து மேற்கோள் (நியூயார்க்: ரேண்டம் ஹவுஸ், 1971).

ப.124 ஹகுயின் கவிதை, ஐ.மியுரா மற்றும் ஆர்.எஃப். சசாகியின் *Zen dust – ஜென் தூசு* என்னும் நூலிலிருந்து (நியூயார்க்: ஹர்கோர்ட், ப்ரேஸ், ஜோவனாவிச்).

ப.125 அலங்கார மலர் வரிசைகள், இங்கிரிட் ஹாம்பெர்க், *Blumen Flowers – ப்ளுமென் ஃப்ளவர்ஸ்* என்னும் நூலிலிருந்து அனுமதியுடன்.

ப.126 சென்கை எழுதிய கவிதை, டி. இசுசுவிலிருந்து, மேற்கூறிய நூல், படம் வரையப்பட்டது, அதில் சென்கையால் ஜப்பானிய அலங்கார எழுத்துகளில் கவிதை எழுதப்பட்டிருக்கிறது. டிடி.சுஸுகியின் *Sengai the Zen Master – சென்கை ஜென் குரு* புத்தகத்தில் இருந்து இந்நூலில் மீளப் பயன்படுத்தப்படுகிறது, (ஷின்கோகை: கோகுசாய் பங்கா, 1961).

ப.127-129 ஷங் ஸான் சோன் சா-நிம் எழுதிய *Dropping Ashes on the Buddha – புத்தர் மீது விழும் சாம்பல்கள்* என்ற புத்தகத்திலிருந்து பாஷோவின் கதை (நியூயார்க்: க்ரோவ் பிரஸ், 1976).

ப.130 கிகாகுவின் கவிதை, டி.டி. சுஸுகியின் *Zen abd Japanese Culture – ஜென் மற்றும் ஜப்பானியப் பண்பாடு* என்னும் நூலில் மேற்கோள் காட்டப்பட்டுள்ளது (பிர்ஸ்டன் யுனிவர்சிடி பிரஸ், 1959).

ப.131 ஆர்.ஹெச்.பிளைத் எழுதிய *Haiku – ஹைகூ* நூலிலிருந்து பிளைத் மேற்கோள் (சௌத் சான்பிரான்ஸிஸ்கோ: ஹீயின் இன்டர்நேஷனல்).

பக்.132,133 டி.டி.சுஸுகி *Zen and Japanese Culture – ஜென் மற்றும் ஜப்பானியப் பண்பாடு* நூலிலிருந்து மேற்கோள்கள்,

ப.136 *Gata – கடா,* பி. ரெப் நூலிலிருந்து, மேற்கூறிய நூல்.

<u>6. அன்றாட வாழ்வில் ஜென்</u>

பக்.142,143 பி. ரெப் நூலிலிருந்து ஹகுயின் வரலாறு, மேற்கூறிய நூல்.

ப.144 ஃபா-யென் (ஹோகென்) கதை, கே. யமதா நூலிலிருந்து, மேற்கூறிய நூல்.

ப.147 ஐ.ஷ்லோஜெல், நூலிலிருந்து ரின்ஸை மேற்கோள், மேற்கூறிய நூல்.

ப.148 பீ. கப்லோ எழுதிய *Three Pillars of Zen – ஜென்னின் மூன்று தூண்கள்* நூலிலிருந்து சூத்திர மேற்கோள், மேற்கூறிய நூல்.

ப.148 *Murmuring sound – முணுமுணுக்கும் சப்தம்* டி. இசுசு நூலிலிருந்து மேற்கூறப்பட்ட நூல்.

பக்.149,150 டி. ஹூவரிலிருந்து, ரின்ஸை மற்றும் தாவோ-ஷின் மேற்கோள், மேற்கூறிய நூல்.

ப.153 டி.டி. சுஸுகியின் *Zen Buddhism – ஜென் புத்தம்* நூலிலிருந்து டாஓ-ஷெங் கதை, மேற்கூறிய நூல்.

ப.154 ஐ. ஷ்லோஜெல் நூலிலிருந்து ரின்ஸை மேற்கோள்கள், மேற்கூறப்பட்டுள்ள நூல்.

கலைச்சொற்கள்

கர்மா — வினை, காரண காரிய விதி (சம்ஸ்.)

கடா — சுருக்கமான நான்கு வரி கவிதை (ஜப்.)

காஸோ — கைகளின் உள்ளங்கைகளைக் குவித்து வணங்குதல், மரியாதையின் அடையாளம் (ஜப்பான்)

கின்ஹின் — நடந்தபடி செய்யும் தியானம் (ஜப்.)

கென்ஷோ — ஒருவர் தன் சுயத்தை ஊடுருவிப் பார்ப்பது; சட்டோரி என்றும் சொல்லப்படுகிறது (ஜப்).

கோவான் — 'பொது ஆவணம்' குருவுக்கும் மாணவருக்கும் இடையிலான உரையாடலின் பதிவு (ஜப்.)

கியோஸாக்கூ — தியான அறையில் குட்டித் தூக்கம் போடுவதைத் தடுக்கப் பயன்படும் பிரம்பு (ஜப்.).

சம்ஸாரா — லௌகீக வாழ்க்கை. அதாவது இச்சை, விரக்தி மற்றும் அறியாமை (சம்ஸ்.)

சூத்ரா — புத்தத்தின் எழுத்துகள் (சம்ஸ்.)

செஸ்ஷின் — தீவிர தியானத்திற்கான தனியிடம் (ஜப்.)

ததாகத்தா — உண்மையைக் கண்டறிந்தவர் (சம்ஸ்.)

தியானா — தியானம் (சம்ஸ்.)

நிர்வாணா — இச்சை, விரக்தி மற்றும் அறியாமையை ஒழிப்பது (சம்ஸ்.)

புத்தநிலை — முழுமையான ஞானம் (சம்ஸ்.)

போதி — ஞானம் (சம்ஸ்கிருதம்)

போதிசத்துவர் — உயிரினங்கள் அனைத்தையும் விடுதலை செய்யாமல் முக்திப் (நிர்வாணா) பெறுவதில்லை என சபதம் ஏற்பவர் (சம்ஸ்.)

மாக்யோ — மாயத் தோற்றம் (ஜப்.)

மூன்று பொக்கிஷங்கள் — புத்தம், தம்மம் மற்றும் சங்கம். புத்தம் என்பது முழுமுற்றான சத்தியம்; தம்மம் என்பது அதைப்பற்றிப் போதிப்பது; அந்தப் போதனைகளைக் கடைப்பிடிக்கும் மக்கள் சமூகம் சங்கம்.

ரக்சு — மார்பில் அணிந்துகொள்ளும் செவ்வகமான துணி (ஜப்.)

ரோஷி — ஆசிரியர் (ஜப்.)

ஜுககய் — குருவாவதற்கான தொடக்கநிலைச் சடங்கு. (ஜப்.)

ஜென்டோ — தியான அறை (ஜப்.)

ஜோரிகி — கவனத்தைக் குவிப்படுத்தும் ஆற்றல். மேலும், விடுதலைக்காக தன்னையே சார்ந்திருப்பவர். த்ரிக்கு எதிர்ச்சொல் மற்றவர்களைச் சார்ந்து நிற்பவர்.

ஷிகன் டாஸா — கவனத்தைச் செலுத்த எந்தப் பொருளுமின்றித் தியானிக்கும் ஒரு ஜென் வடிவம் (ஜப்.)

ஸாஜென் —— ஜென் தியானம் (ஜப்.)

ஸ்கந்தங்கள் [ஸ்கந்தாஸ்] —— ஒருவன் ஐம்புலன்களால் உருவாக்கப்பட்டு இருக்கிறான்: உருவம், உணர்ச்சி, கண்டுணர்தல், எண்ணக்கரு, நனவுநிலை (சம்ஸ்.)

ஹரா —— ஜென் தியானத்தின்போது, கவனத்தின் மையமாக அமையும் தொப்புள் பகுதி - இதுவே உயிராற்றலின் மூலாதாரம் (ஜப்.)

ஹீனயானா —— சிறிய வாகனம், தனிமையை உணர்பவர்களின் பாதை (சம்ஸ்.)

உசாத்துணை

இசுசு, டி. *Toward a Philosophy of Zen Buddhism – ஜென் புத்த தத்துவத்தை நோக்கி*, பௌல்டர்: கிரேட் ஈஸ்டர்ன், 1982.

கப்லோ, பிலிப். *Three Pillars of Zen: Teaching, Practice, Enlightment – ஜென்னின் மூன்று தூண்கள்: போதனை, பயிற்சி, ஞானம்.* நியூயார்க்: டபுள் டே, 1980.

சுஸுகி, டி.டி. *Zen Buddhism: Selected Writings of D.T. Suzuki – ஜென் புத்தம்: டி.டி.இஸுகியின் தேர்ந்தெடுக்கப்பட்ட படைப்புகள்.* நியூயார்க்: டபுள்டே. 1956.

சுஸுகி, டி.டி. *Zen and Japanese Culture – ஜென்னும் ஜப்பானியப் பண்பாடும்*, பிரின்ஸ்டன்: பிரின்ஸ்டன் யுனிவர்சிடி பிரஸ், 1959.

சுஸுகி, ஷான்ரியு. *Zen Mind, Beginner's Mind – ஜென் மனம், தொடக்கநிலையினரின் மனம்*, வெதர்ஹில், 1970.

பர்ட், எட்வின் ஏ., தொகுக்கப்பட்டது. *Teachings of the Compassionate Buddha – இரக்கம் நிறைந்த புத்தரின் போதனைகள்*, நியூயார்க்: நியூ அமெரிக்கன் லைப்ரரி, 1955.

பிளைத், ஆர்.ஹெச். *Zen and Zen Classics – ஜென்னும் ஜென் செவ்விலக்கியங்களும்*, தொகுப்புகள் 1-5, சான் பிரான்சிஸ்கோ: ஹீய்ன் இன்டர்நேஷனல், 1982.

ப்ரைஸ், ஏ.எஃப்., மற்றும் மௌலாம். *Diamond Sutra and the Sutra of Hui Neng – வைர சூத்திரமும் ஹுய்-நெங் சூத்திரமும்*, பௌல்டர்: ஷாம்பாலா பப்ளிகேஷன்ஸ், 1969.

மியுர, இஸுஸு மற்றும் சசாகி, ரூத் எஃப். *Zen Koan – ஜென் கோவான்*, நியூயார்க்: ஹர்கோர்ட், ப்ரேஸ், ஹோகெனோவிச், 1966.

மெர்டன், தாமஸ். *Zen and the Birds of Appetite – ஜென்னும் பசித்த பறவைகளும்*, நியூயார்க்: நியூ டைரக்ஸன்ஸ், 1968

— *Mystics and Zen Masters – புதிர்களும் ஜென் குருக்களும்*, நியூயார்க்: டெல்டா, 1961.

மேசூமி, ஹாகுயு டி., மற்றும் களாஸ்மேன், பெர்னார்ட் டி. *Hazy Moon of Enlightenment: On Zen Practice III – விழிப்புணர்வில் பார்க்க முடியாத நிலா: ஜென் பயிற்சி III*, இண்டியானாபோலிஸ்: சென்டர் பப்ளிஷிங், 1978.

யமதா, கௌன். *Gateless Gate – கதவற்ற கதவு*, இண்டியானாபோலிஸ்: சென்டர் பப்ளிஷிங், 1980.

ரெப், பால். தொகுத்தது, *Zen Flesh, Zen Bones: A Collection of Zen and PreZen Writings – ஜென் மாமிசம், ஜென் எலும்புகள்: ஜென் மற்றும் அதற்கு முந்தைய படைப்புகளின் தொகுப்பு*, நியூயார்க்: டபுள்டே, 1980.

ரோஸ், நான்ஸி வில்சன். *Buddhism: A Way of Life and Thought – புத்த தத்துவம்: வாழ்வுக்கும் சிந்தனைக்குமான வழி*, நியூயார்க்: ரேண்டம் ஹவுஸ், 1980.

வாட்ஸ், ஆலன் டபிள்யு. *The Way of Zen – ஜென்னின் வழி*, நியூயார்க்: விண்டேஜ் புக்ஸ், 1957.

ஷான், சியுங். Dropping Ashes on the Buddha: The Teaching of Zen Master Seung Sahn – புத்தரின் மீது விழும் சாம்பல்கள்: ஜென் குரு சியுங் ஷானின் போதனைகள். மொழிபெயர்ப்பு: ஸ்டீபன் மிட்செல், நியூயார்க்: குரோவ் பிரஸ், 1976.

ஷ்லோஜெல், இர்ம்கார்ட். Zen Teaching of Rinzai – ரின்ஸையின் ஜென் போதனை, பௌல்டர்: ஷாம்பாலா பப்ளிகேஷன்ஸ், 1976.

ஹூவர், தாமஸ். Zen Experience – ஜென் அனுபவங்கள், நியூயார்க்: நியூ அமெரிக்கன் லைப்ரரி, 1980.

ஹெர்ரிகல், யூஜின். Zen in the Art of Archery – வில்வித்தை கலையில் ஜென், நியூயார்க்: ரேண்டம் ஹவுஸ், 1971.